ராமானுஜர்

● அன்பார்ந்த வாசகருக்கு,

வணக்கம்.

காலச்சுவடு நூலை வாங்கியமைக்கு நன்றி.

நூலின் உள்ளடக்கம், உருவாக்கம், அட்டைப்படம் இன்ன பிற அம்சங்கள் பற்றிய உங்கள் கருத்துகளையும் ஆலோசனைகளையும் காலச்சுவடு வரவேற்கிறது. தகவல், எழுத்து, வாக்கியப் பிழைகள் தென்பட்டால் கட்டாயம் தெரிவித்து உதவுங்கள். நூல் தயாரிப்பில் கடும் குறைபாடு இருப்பின் மாற்றுப் பிரதி உங்களுக்குக் கிடைக்கக் காலச்சுவடு ஏற்பாடு செய்யும்.

மின்னஞ்சல்: **publisher@kalachuvadu.com**

காலச்சுவடு நாகர்கோவில் அலுவலகத்திற்குக் கடிதம் அனுப்பலாம்.

தங்கள்
எஸ்.ஆர். சுந்தரம் (கண்ணன்)
பதிப்பாளர் – நிர்வாக இயக்குநர்

ராமானுஜர்

இந்திரா பார்த்தசாரதி (பி. 10 ஜூலை 1930)

சென்னையில் பிறந்து கும்பகோணத்தில் வளர்ந்த ரங்கனாதன் பார்த்தசாரதி தன் மனைவி இந்திராவின் பெயரைத் தன் பெயருடன் இணைத்துக்கொண்டு 'இந்திரா பார்த்தசாரதி' என்ற புனைபெயரில் எழுத ஆரம்பித்தார். கும்பகோணத்திலேயே தன் பள்ளிப்படிப்பை முடித்தார். பள்ளிப் பருவத்தில் தி. ஜானகிராமன் இவர் ஆசிரியராக இருந்தார். குடந்தை அரசுக் கல்லூரியில் இளங்கலைப் பட்டம், சிதம்பரம் அண்ணாமலை பல்கலைக்கழகத்தில் முதுகலைப் பட்டம் பெற்றார்.

முதன்முதலாக *ஆனந்த விகடன்* இதழில் இவரது 'மனித இயந்திரம்' சிறுகதை 1964இல் வெளிவந்தது. அதன்பின் *தீபம்*, *கல்கி*, *கணையாழி* போன்ற இதழ்கள் இவர் படைப்புகளை வெளியிட்டுள்ளன. பல நாவல்களும் நூற்றுக்கும் மேற்பட்ட சிறுகதைகளும் நாடகங்களும் எழுதியுள்ளார். இவருடைய கட்டுரைகளும் மொழியாக்கங்களும் நூல்களாக வெளியிடப்பட்டுள்ளன.

1972இல் தக்ஷின் பாரத் நாடக சபாவுக்காக எழுதிய முதல் நாடகமான 'மழை' நாடகத்தைத் தொடர்ந்து பல நாடகங்களை எழுதினார். இதுவரை 15 நாடகங்கள், 19 நாவல்கள், ஆறு சிறுகதைத் தொகுப்புகள் வெளிவந்துள்ளன. ஆய்வுத் துறையிலும் இவருடைய சிறந்த பங்களிப்பு உண்டு. ஆழ்வார்கள் குறித்து ஆய்வுசெய்து ஆய்வுக் கட்டுரை சமர்ப்பித்து தில்லி பல்கலைக்கழகத்தில் முனைவர் பட்டம் பெற்றார்.

ஆசிரியப் பணியைத் தேர்ந்தெடுத்த இவர் திருச்சி தேசிய கல்லூரியில் 1952 முதல் மூன்றாண்டுக் காலம் ஆசிரியராகப் பணியாற்றினார். பிறகு தில்லி சென்று அங்கு தமிழ் ஆசிரியராகப் பணியாற்றினார். 1962 முதல் தில்லி பல்கலைக்கழகத்தில் தமிழ் விரிவுரையாளராகச் சேர்ந்தார். தொடர்ந்து இணைப் பேராசிரியர், பேராசிரியராக 40 ஆண்டுக் காலம் அங்கு பணியாற்றினார். போலந்தின் வார்சா பல்கலைக்கழகத்தில் இந்தியத் தத்துவம், பண்பாட்டுப் பாடப் பிரிவுக்கான வருகைதரு பேராசிரியராக 1981முதல் 1986வரை பணியாற்றினார்.

இந்திரா பார்த்தசாரதி

ராமானுஜர்

காலச்சுவடு பதிப்பகம்

ராமாநுஜர் ✦ நாடகம் ✦ ஆசிரியர்: இந்திரா பார்த்தசாரதி ✦ © இந்திரா பார்த்தசாரதி ✦ முதல் பதிப்பு: நவம்பர் 2017 ✦ காலச்சுவடு முதல் (குறும்) பதிப்பு: டிசம்பர் 2022, இரண்டாம் பதிப்பு: செப்டம்பர் 2023 ✦ வெளியீடு: காலச்சுவடு, 669, கே. பி. சாலை, நாகர்கோவில் 629001

raamanujar ✦ Play ✦ Author: Indira Parthasarathy ✦ © Indira Parthasarathy ✦ Language: Tamil ✦ First Edition: November 2017 ✦ Kalachuvadu First (Short) Edition: December 2022, Second Edition: September 2023 ✦ Size: Demy 1 x 8 ✦ Paper: 18.6 kg maplitho ✦ Pages: 208

Published by Kalachuvadu, 669, K.P. Road,Nagercoil 629001, India ✦ Phone: 91-4652-278525 ✦ e-mail: publications@kalachuvadu.com ✦ Printed at Compuprint Premier Design House, Chennai 600086

ISBN: 978-93-5523-266-3

ராமாநுஜர்: நம்பிக்கையும் வரலாறும்

நான் இந்திரா பார்த்தசாரதி அவர்களை என் தந்தையைப் போல மதிக்கிறேன். என் தந்தையிடம் எத்துணை மரியாதையும் அன்பும் வைத்திருந்தேனோ அதே மரியாதையையும் அன்பையும் இபா அவர்கள்மீது வைத்திருக்கிறேன். 1999ஆம் ஆண்டின் சரஸ்வதி சன்மான் விருது அவருடைய 'ராமாநுஜர்' நாடகத்திற்குக் கிடைத்த செய்தி தெரிந்ததும் நான் அடைந்த மகிழ்ச்சி அளவற்றது. அவர் கூடவே இருந்து விருது பெறும் நிகழ்ச்சியில் கலந்துகொண்டது என் மனதில் இன்னும் பசுமையாக இருக்கிறது. அவர் என்னை ராமாநுஜர் நாடகத்தின் இப்பதிப்பிற்கு முன்னுரை எழுதுமாறு பணித்தது அவர் என்மீது வைத்திருக்கும் அன்பின் அடையாளம் என்று கருதுகிறேன். நான்

மேம்போக்காக ராமாநுஜரைப் பற்றி எழுத மாட்டேன் என்பது அவருக்கு நன்றாகவே தெரியும்.

தமிழக மக்களிடம் மிகுந்த மதிப்புப் பெற்றிருக்கும் துறவி ராமாநுஜர் என்றால் மிகையாகாது. எல்லாச் சமூகத்தினரும் அவரை மிகவும் உயர்வாக மதிக்கின்றனர். இந்தியா முழுவதும் வைணவம் பரவுவதற்கு அவர் போட்ட அடித்தளம்தான் காரணம் என்று வரலாறு சொல்கிறது. ஆனால் தமிழ் மக்களிடம் அவர் மாபெரும் சீர்திருத்தவாதியாக, புரட்சியாளராக அறியப்படுகிறார். அவரைப் பற்றிய திரைப்படம் 1938இலேயே எடுக்கப்பட்டுவிட்டது. அவர் வாழ்க்கை பற்றிய தொலைக்காட்சித் தொடர்கள் வந்துவிட்டன. திரு கருணாநிதி அவர்கள் கடைசியாக எழுதியது ராமாநுஜர் தொடர்தான். ஆனாலும் அவரைப் பற்றிக் காய்தல் உவத்தல் இல்லாமல் வரலாற்றின் அடிப்படையில் இன்றுவரை எந்தப் புத்தகமும் வரவில்லை. அவருடைய புகழ்பாடும் புத்தகங்களே வந்திருக்கின்றன. கிடைத்த புகழுக்கு அவர் நிச்சயம் தகுதி உடையவர்தான். அதை வரலாற்றின் அடிப்படையில் நிறுவினால் நன்றாக இருக்கும்.

ராமாநுஜர் யார்?

பல ஆண்டுகளாக இந்தக் கேள்வி கேட்கப்பட்டுவருகிறது. பொதுமக்களிடையே பரவலாக அறியப்பட்ட ராமாநுஜர் இந்தியாவின் தலைசிறந்த சீர்திருத்தவாதி. சாதி வேற்றுமை பார்க்கக் கூடாது என்று மறுபடியும் மறுபடியும் சொன்னவர். ‘நான் நரகம் சென்றாலும் பரவாயில்லை, மக்கள் உய்ய வேண்டும்’ என்ற பேருள்ளத்தோடு திருகோஷ்டியூர் கோவில் கோபுரத்தின்

மீது ஏறி நாராயண மந்திரத்தை மக்கள் அனைவருக்கும் தெரிவித்தவர். பெரிய தொண்டர் குலத்தை இந்தியா முழுவதும் உருவாக்கியவர். பிராமணர் அல்லாதவர்களைக் குருவாகவும் சீடர்களாகவும் ஏற்றுக்கொண்டவர். திருவரங்கம் கோவிலிலும் திருப்பதி கோவிலிலும் பல மாற்றங்களைச் செய்து ஒழுங்குபடுத்தியவர். சோழ மன்னனால் துன்புறுத்தப்பட்டு ஹொய்சாள (கர்நாடகா) தேசத்திற்குச் சென்றவர். அங்கு ஆண்ட விஷ்ணுவர்த்தன மன்னனை ஜைன சமயத்திலிருந்து வைணவத்திற்கு மாற்றியவர். எல்லோரும் கோவிலுக்குச் செல்லலாம் என்பதை திருக்குலத்தார் என்று அழைக்கப்படும் தாழ்த்தப்பட்டவர்களுக்கு மேல்கோட்டை கோவிலுக்குள் செல்ல அனுமதி பெற்றுத் தந்ததன் மூலம் உலகிற்கே தெரிவித்தவர். தில்லி சென்று அங்கு இருந்த மேல்கோட்டை உற்சவ மூர்த்தியான சம்பத்குமாரனை (செல்லப் பிள்ளை) மீட்டு வந்தவர்.

எல்லாவற்றிற்கும் மேலாக, அவருக்கு ஆழ்வார்கள் அருளிச்செய்த நாலாயிரத் திவ்யப் பிரபந்தத்தின் மீது மிகுந்த ஈடுபாடு. அவற்றை – குறிப்பாக நம்மாழ்வாரின் திருவாய் மொழியை – தமிழ் வேதம் என்று ஏற்றுக்கொண்டவர். அவற்றை மக்களிடையே பரப்பியவர். திருவாய்மொழிக்கு விரிவுரை (வியாக்கியானம்) எழுதத் தன் மருமகனான திருக்குருகைப் பிரான் பிள்ளான் என்றவரைப் பணித்தவர். ஆண்டாளின் திருப்பாவையைச் சொல்லிச் சொல்லி மகிழ்ந்தவர்.

பொதுமக்களுக்கு ராமானுஜரின் விசிஷ்டாத்வைத சித்தாந்தத்தைப் பற்றியோ அதற்கும் சங்கரரின் அத்வைத

சித்தாந்தத்திற்கும் இடையே உள்ள வேறுபாட்டைப் பற்றியோ எந்தக் கவலையும் கிடையாது. அவர் வடமொழியில் என்ன எழுதியிருக்கிறார் என்பது தெரியாது. அவரை மக்கள் துறவியாகத்தான் பார்க்கிறார்கள். இறைவனை மக்களுக்கு அணுக்கமாகச் செய்வதற்கு அயராமல் உழைத்த மாபெரும் மனிதராகத்தான் அவர் பார்க்கப்படுகிறார்.

வரலாறு என்ன சொல்கிறது?

ராமாநுஜரின் வாழ்க்கை பற்றிய இக்கதைகள் எல்லாம் குருபரம்பரைப் பிரபாவத்திலும் (வடகலைக்கும் தென்கலைக்கும் தனித்தனியாக இருக்கின்றன) கோவிலொழுகு என்ற ஸ்ரீரங்கம் கோவிலைப் பற்றிய நூலிலும் மிகவும் பின்னால் எழுதப்பட்ட 'ராமாநுஜ சரிதம்' போன்ற புத்தகங்களிலும் கிடைக்கின்றன.

இவற்றின் வரலாற்றுத்தன்மை கேள்விக்குரியன.

உதாரணமாக ராமாநுஜர் 120 வயது வாழ்ந்தார் என்று சொல்வதே ஒரு வைணவ வழக்கு என்றுதான் தோன்றுகிறது. ராமாநுஜருக்கு முந்தையவர்களான வைணவ ஆசாரியர்களான நாதமுனிகளும் ஆளவந்தாரும் 125 வயதிற்கு மேல் வாழ்ந்தவர்கள். ராமாநுஜரின் சீடரான கூரத்தாழ்வாரும் 123 வயது வாழ்ந்தார் என்று குருபரம்பரை சொல்கிறது. இதேபோல எம்பார், நம்பிள்ளை, பெரியவாச்சான் பிள்ளை, பிள்ளை லோகாச்சாரியார், அழகிய மணவாளப் பெருமாள் நாயனார், வேதாந்த தேசிகர் ஆகியோர் நூறாண்டுகளுக்கு மேல் வாழ்ந்தவர்கள் என்று வைணவர்கள் கருதுகிறார்கள்.

ராமாநுஜருடைய காலம் 1017–1137 என்று சொல்லப்படுகிறது. அதாவது முதலாம் ராஜேந்திர சோழன் (1014–1044) காலத்தில் பிறந்து இரண்டாம் குலோத்துங்கன் காலம் (1133–1150) வரை வாழ்ந்திருக்க வேண்டும். அவரைத் துன்புறுத்திச் சோழ நாட்டை விட்டு வெளியேறச் செய்தவன் முதல் குலோத்துங்கனாக (1070–1122) இருக்க வாய்ப்பு இல்லை. ஏனென்றால் திரு நாகசுவாமி தன்னுடைய *'Ramanuja – Myth and Reality'* புத்தகத்தில் சொல்வதுபோல ஸ்ரீரங்கம் கோவிலுக்கு அவன் செய்த திருப்பணிகள் ஏராளம். கோவிலில் இருக்கும் 105 கல்வெட்டுகளில் 65 ஒன்றாம் குலோத்துங்கனுடையதுதான் என்கிறார் அவர். இரண்டாம் குலோத்துங்கன் பதவி ஏற்கும்போது ராமாநுஜருக்கு வயது 116ஆக இருக்க வேண்டும். எனவே அவன் காலத்திலும் அவர் துன்புறுத்தப்பட்டிருக்க வாய்ப்பில்லை. அதேபோல ஹொய்சள மன்னனாகிய விஷ்ணுவர்த்தனனுக்கு (1108–1152) எந்தச் சமணப் பெயரும் அவன் அரசாண்ட காலத்தில் இருந்ததாகத் தெரியவில்லை. சிறந்த அறிஞரான கார்மன் தன் *'Theology of Ramanuja'* புத்தகத்தில் தெளிவாகக் கூறுகிறார்:

அந்தக் காலகட்டத்தின் பெரும்பாலான மன்னர்கள் மத வெறியர்கள் அல்லர். மத விஷயத்தில் அவர்களுடைய தனிப்பட்ட தேர்வுகள் சைவ, வைணவ, சிலசமயம் பௌத்த, சமண மதங்களின் நிறுவனங்களுக்கு ஆதரவு அளிக்கவிடாமல் தடுத்துவிடவில்லை. விஷ்ணுவர்த்தன் தன் ஆட்சிக் காலத்தின் தொடக்கத்திலிருந்தே வைணவப் பெயரைக் கொண்டிருந்தாலும் ராமாநுஜருக்கு அவன் அளித்த ஆதரவை மதமாற்றமாகக் கருத

முடியுமா என்பது தெளிவாக இல்லை. சமணர்களுக்கு அவன் அளித்துவந்த ஆதரவை விலக்கிக்கொண்டான் என்பதற்குப் பக்கச் சார்பற்ற ஆதாரம் எதுவும் நம்மிடம் இல்லை. ஆனால் இந்தக் காலகட்டத்தில் சமணர்களின் செல்வாக்கு குறைந்து ஸ்ரீ வைஷ்ணவர்களின் நிலை வலுப்பெற்றது என்பது தெளிவாகத் தெரிகிறது.

ஆனாலும் விஷ்ணுவர்த்தனின் மனைவி சாந்தலா சமணராக இருந்திருக்கிறார். பல சமணக் கோவில்களைக் கட்டியிருக்கிறார்.

இரண்டாம் குலோத்துங்கன் தில்லை கோவிந்தராஜரைக் கடலில் எறிந்தவனாக அறியப்படுகிறான். எனவே இவன் காலத்தில் வைணவர்கள் துன்புறுத்தப்பட்டிருக்க வாய்ப்பு இருக்கிறது. அப்போது பல வைணவர்கள் விஷ்ணுவர்த்தனன் ஆண்டு கொண்டிருந்த ஹொய்சாள தேசத்திற்குச் சென்றிருக்கலாம். அந்தச் சம்பவத்தை ராமாநுஜர்மீது ஏற்றிச் சொன்னால் இரண்டாம் குலோத்துங்கன் காலத்தில் வைணவர்கள் அனுபவித்த கொடுமைகளை மக்கள் மறக்க மாட்டார்கள் என்று இக்கதைகளை எழுதியவர்கள் நினைத்திருக்கலாம்.

ராமாநுஜர் தில்லி சென்றோ அல்லது வடநாட்டிற்குச் சென்றோ 'செல்லப்பிள்ளை' சிலையை மீட்டிருக்க வாய்ப்பே இல்லை. தில்லியில் இஸ்லாமிய அரசு நிறுவப்பட்டது முகம்மது கோரிக்கும் பிருதிவிராஜனுக்கும் 1192இல் நடந்த போருக்குப் பின்னால்தான். 1206இல்தான் - ராமாநுஜரின் மறைவிற்கு சுமார் 70 ஆண்டுகளுக்குப் பின்பு - கோரியின் அடிமையான குத்புதீன்

ஐபக் தில்லியில் ஆட்சியை அமைத்தார். கோரியின் வெற்றிக்கு முன்னால் நடந்த படையெடுப்புகளின் விளைவாக இந்தியாவில் எங்கும் இஸ்லாமிய அரசு அமைந்ததாகத் தெரியவில்லை. சிந்து பகுதியில் இஸ்லாமியர் இருந்தார்கள். ஆனால் அவர்கள் யாரும் தெற்கே படையெடுத்து வந்ததாகத் தெரியவில்லை. ராமானுஜரும் ராஜஸ்தான் பாலைவனத்தைத் தாண்டி அங்கு சென்றிருக்க முடியும் என்று தோன்றவில்லை.

இதே போன்ற ஐயங்களை ராமானுஜர் வாழ்க்கையில் நடந்ததாகக் கூறப்படும் எல்லாச் சம்பவங்களைப் பற்றியும் எழுப்ப முடியும்.

ராமானுஜர் எழுதியவை

விசிஷ்டாத்வைதம் என்றால் என்ன?

உயிருள்ளவையும் உயிரில்லாதவையும் இறைவனுக்கு உடல்கள். அவை உண்மையானவை. காட்சிப் பிழையல்ல. இறைவன் ஒருவனே. எல்லாவற்றிலும் நீக்கமற இருப்பவன். நம்முள் இருந்தாலும் அவன் தனியானவன். மேன்மையானவன். அவன் மாசற்ற, அளவிறந்த கல்யாண குணங்களைக் கொண்டவன். அவனுடைய அடியை அடைந்து அவனைப் பற்றிச் சிந்தித்து அவனுக்குச் சேவை செய்துகொண்டிருப்பதே நம்முடைய இலக்கு.

விசிஷ்டாத்வைதத்தைக் குறித்து ராமானுஜர் தமிழில் ஏதும் எழுதியதாகத் தெரியவில்லை. வேறு எதைக் குறித்தும் அவர் தமிழில் எழுதியதாகத் தெரியவில்லை. குறிப்பாக அவர்

யாருடைய காலடிகள் என்று வைணவர்களால் கருதப்படுகிறாரோ, அந்த நம்மாழ்வாரைப் பற்றி ஒரு வரிகூடத் தமிழிலோ அல்லது வடமொழியிலோ எழுதியதாகத் தெரியவில்லை.

வடமொழியில் ஒன்பது படைப்புகளைச் செய்திருக்கிறார். அவை:

1. **வேதார்த்த சங்க்ரகம்:** அவர் எழுதிய முதல் நூல் என அறியப்படுகிறது. வேதங்கள் சொல்பவை விசிஷ்டாத்வைதத் தத்துவம்தான் என்பதை நிறுவுகிறது.

2. ஸ்ரீபாஷ்யம் என்று அழைக்கப்படும் பிரம்ம சூத்திர பாஷ்யம்: இது பாதராயணரின் பிரம்ம சூத்திரத்திற்கு விளக்கவுரை. விசிஷ்டாத்வைத சார்பாக எழுதப்பட்டது. சங்கரர் உட்பட மற்றையவர்கள் எழுதிய உரைகளை விமரிசிப்பது. ராமானுஜருக்குப் பெரும் புகழைத் தந்த படைப்பு.

3. **வேதாந்த தீபம்:** பிரம்ம சூத்திரங்களுக்குச் சுருக்கமான விளக்கம்

4. **வேதாந்த சாரம்:** பிரம்ம சூத்திரங்களுக்கு இன்னும் சுருக்கமான விளக்கம்.

5. **பகவத்கீதா பாஷ்யம்:** இது கீதைக்கு விளக்கவுரை. விசிஷ்டாத்வைத சார்பாக எழுதப்பட்டது. அவருடைய குருவான யாமுனாச்சாரியாரின் (ஆளவந்தார்) கீதார்த்த சங்க்ரகத்தை அடித்தளமாகக் கொண்டு எழுதப்பட்டது.

6. **சரணாகதி கத்யம்:** ராமாநுஜர் ஒருபுறத்திலும் திருமகளும் நாராயணனும் மறுபுறத்திலும் இருந்து நடத்தும் உரையாடல்போல அமைக்கப்பட்டிருப்பது. இறைவனின் அடி பணிவதே ஒரே வழி என்பதைச் சொல்வது.

7. **ஸ்ரீரங்க கத்யம்:** இது அரங்கனின் தாள்களில் பணிந்து தன்னை அவருடைய நிரந்தர வேலைக்காரனாக (நித்ய கிங்கரன்) ஏற்றுக்கொள்ள வேண்டுவது.

8. **வைகுண்ட கத்யம்:** வைகுண்டம் எவ்வாறு இருக்கும் என்பதை விளக்குவது. இறைவனிடம் முழுவதும் சரணடைந்தவர், அவன் அருளைப் பெற்றவர் சேரும் இடம்.

9. **நித்யக்ரந்தம்:** தினமும் இறைவனை வழிபடுவதற்கான வழிமுறைகளை விளக்குவது.

இவற்றில் முக்கியமானவை ஸ்ரீ பாஷ்யமும் பகவத்கீதை பாஷ்யமும்.

பிரம்ம சூத்திரத்தில் சுலோகங்கள் 1.3.34-38 சூத்திரர்கள் வேதம் படிக்கக் கூடாது என்று சொல்கின்றன. அதனால் அவர்கள் பிரம்ம வித்யையைப் பெற முடியாது என்கின்றன. பிரம்ம வித்யையைப் பெற முடியாவிட்டால் பிரம்மத்தை அறிந்துகொள்ள முடியாது. பிரம்மத்தை அறிந்துகொள்வதே வாழ்க்கையின் குறிக்கோள். சங்கரர் தன் பாஷ்யத்தில் பல மேற்கோள்கள் காட்டி ஏன் கடைநிலை வர்ணத்தவர் வேதம்

படிக்கக் கூடாது என்று சொல்கிறார். ராமாநுஜர் இந்த இடத்தில் சங்கரரோடு ஒத்துப்போகிறார். ஒரு படி மேலே போய் இவ்வாறு சொல்கிறார்: *We must here point out that the non-qualification of Sudras for the cognition of Brahman can in no way be asserted by those who hold that a Brahman consisting of pure non-differenced intelligence constitutes the sole reality; that everything else is false; that all bondage is unreal." (page: 343,Thibaut's translation of Ramanuja Bhashya)* அதாவது அத்வைதிகள் பிரம்மத்தைத் தவிர் மீதி எல்லாம் பொய் என்று சொல்வதால் அவர்கள் கடைநிலை வர்ணத்தவரும் வேதங்களைப் படிக்கக் கூடாது என்று சொல்வதற்கு அருகதை அற்றவர்கள் என்கிறார்! விசிஷ்டாத்வைதிகள் மட்டுமே அவ்வாறு சொல்ல முடியும் என்ற பொருளில் கூறுகிறார்.

ஆனால் அவருடைய கீதா பாஷ்யத்தில் அத்தியாயம் 9:32 சுலோகத்திற்குப் விளக்கம் சொல்லும்போது, பெண்களும் வைசியர்களும் கடைநிலை வர்ணத்தவரும் பாவம் செய்த வயிறுகளில் பிறந்தவர்களும் என்னிடம் சரண் அடைந்தால் உச்ச நிலையை அடையலாம் என்று பொருள் கொள்கிறார்.

எனவே அவர் பிரம்ம சூத்திர பாஷ்யம் எழுதும்போது வேதங்களைக் கடைநிலை வர்ணத்தவர் படிக்கக் கூடாது என்று சொன்னாலும் அவர்கள் கண்ணனைச் சரணடைந்தால் நிச்சயம் பிரம்மத்தை அறிந்து மோட்சநிலையை அடையலாம் என்பதை ஒப்புக்கொள்கிறார் என்றுதான் நாம் பொருள் கொள்ள முடியும். அதனால்தான் 'கண்ணன் கழலிணை நண்ணும் மனமுடையீர், எண்ணும் திருநாமம் திண்ணம் நாரணமே' என்று

சொன்ன நம்மாழ்வாரின் காலடியாகத் தன்னைக் கருதி எல்லா வைணவர்களையும் நம்மாழ்வாரைப் படிக்கச் சொன்னார்.

உண்மையான ராமானுஜர்

ராமானுஜர் வடமொழியில் ஏன் தமிழ் ஆழ்வார்களைப் பற்றிப் பேசவில்லை என்பதற்கு வசுதா நாராயணன் தன்னுடைய *'The Tamil Veda – Pillan's interpretation of Tiruvoimoli'* என்ற புத்தகத்தில் மிகச் சரியாக விளக்கம் அளிக்கிறார். ராமானுஜருடைய குருவான யாமுனாச்சாரியாரின் ஸ்தோத்திர ரத்தினமும் கூரத்தாழ்வானின் ஸ்தவங்களும் பராசர பட்டரின் ரங்கராஜ ஸ்தவமும் ஆழ்வார்கள் பாடல்களை ஒத்திருப்பதைச் சொல்கிறார். ராமானுஜரின் கத்யத்ரயத்திலும் ஆழ்வார்கள் பாடல்களின் சாயல் இருப்பதைச் சுட்டிக் காட்டுகிறார்.

ராமானுஜர் வடமொழியில் தமிழின் பேச்சையே எடுக்காததற்கு ஒரே காரணம் அன்றைய பிராமணர்கள் தமிழில் கூறப்பட்டதைப் பிரமாணமாக (சான்றாக) ஏற்றுக்கொள்ள மறுத்தார்கள் என்பதையும் சுட்டிக் காட்டுகிறார்.

ஆடிய மாட்டை ஆடிக் கறக்க வேண்டும் பாடிய பாட்டைப் பாடிக் கறக்க வேண்டும் என்ற கொள்கையை ராமானுஜர் கடைப்பிடித்தார். இன்னொன்றும் சொல்ல வேண்டும். அவருடைய பாஷ்யங்கள் தமிழ்நாட்டில் படிப்பவர்களுக்கு மட்டும் எழுதப்பட்டதல்ல. ராமானுஜரின் செல்வாக்கு இந்தியா முழுவதும் பரவியதன் காரணமே அவர் இந்தியாவின் மற்ற மொழிகளைப் பேசுபவர்களைக் கருத்தில் கொண்டு அவர்கள்

ஏற்றுக்கொள்ளும் பிரமாணங்களை மட்டும் எடுத்துக்கொண்டு தன் வாதங்களை முன்வைத்ததால்தான். அதனால்தான் அவர் நம்மாழ்வாரைப் பற்றிச் சொல்லவில்லை என்பது தெளிவு.

அவர் தமிழில் எழுதாததன் காரணம் அதைச் செய்யப் பலர் இருக்கிறார்கள், அவர்கள் தன்னைவிடச் சிறப்பாகச் செய்வார்கள் என்ற எண்ணத்தில் இருக்கலாம்.

ராமாநுஜரின் சீர்திருத்தக் கருத்துகள்

ராமாநுஜரின் வடமொழிப் படைப்புகள் தத்துவத்தையும் இறை பக்தியையும் அடிப்படையாகக் கொண்டவை. அவற்றைப் படிப்பவர்கள் வடமொழியில் பயிற்சி பெற்றவர்களாக இருக்க வேண்டும் என்பது கட்டாயம். அவர்கள் ராமாநுஜரைத் தேடி வருவது சீர்திருத்தத்திற்காக அல்ல. தத்துவத்தையும் பக்தியையும் சரணாகதியையும் குறித்து அவர் சொல்வதை அறிந்துகொள்வதற்காக. ஆனால் தென்னாட்டில் அவர் செய்ய நினைத்தது இன்னொன்று. ஆழ்வார்கள் சொல்லியபடி மிகப்பெரிய வைணவத் தொண்டக்குலம் ஒன்றை உருவாக்கவே அவர் நினைத்தார். அதற்கு வடமொழி தேவையில்லை. தமிழிலேயே அமிழ்தினும் இனிய பாடல்களை ஆழ்வார்கள் பாடியிருப்பதை அவர் அறிந்திருந்தார். எனவே அவர்கள் சொன்னதைப் பரப்புவதற்காக ஒரு தனிக்குழு தேவை என்பதை உணர்ந்து தன் மருமகனை நம்மாழ்வாரின் திருவாய்மொழிக்கு வியாக்கியானம் எழுதச் சொன்னார். பின்னால் அவரைப் பின்பற்றிப் பலர் வியாக்கியானங்களை எழுதுவார்கள் என்பதை அவர் உணர்ந்திருக்க வேண்டும்.

ஆனாலும் கத்யங்களில்கூட அவர் நம்மாழ்வார் பெயரை ஏன் சொல்லவில்லை என்பது புரியாத புதிர். மற்றைய ஆசாரியர்கள் ஸ்தோத்திரங்களில் (துதிப் பாடல்கள்) நம்மாழ்வாரைத் துதிக்கிறார்கள். ராமாநுஜரின் குருவான ஆளவந்தார் தன் ஸ்தோத்திர ரத்னத்தில் நான் என் தலையை நம்மாழ்வார் காலடியில் வைத்து வணங்குகிறேன் என்கிறார்.

ராமாநுஜரைக் குறித்த குருபரம்பரைக் கதைகள் மிகைப்படுத்தப்பட்டவை என்பதில் எந்த ஐயமும் இருக்க முடியாது. ஆனால் அவற்றின் மையங்களில் உண்மை நிச்சயம் இருந்திருக்க வேண்டும். வடமொழியைத் தூக்கிப் பிடிக்கக்கூடிய பிராமணச் சடங்குகளை எந்தச் சமரசமும் இன்றிப் பின்பற்றக்கூடிய பிராமணர்கள் ராமாநுஜர் காலத்திலிருந்து இன்றுவரை இருந்துவருகிறார்கள். அவர்களில் யாரும் இக்கதைகள் கட்டுக்கதைகள், ராமாநுஜர் இவ்வாறு சொல்லி யிருக்கவோ, செய்திருக்கவோ முடியாது என்று சொல்லவில்லை – அவர்கள் தினசரி வாழ்க்கையில் எடுக்கும் நிலைப்பாடுகளுக்கு நேரெதிராக ராமாநுஜர் எடுத்த நிலைப்பாடுகள் இருக்கின்றன என்பதை அறிந்திருந்தால்கூட. ராமாநுஜர் போன்ற மாமனிதர் சொல்லியிருக்காவிட்டால் சுயசாதிப் பெருமிதம் கொண்ட பிராமணர்கள் நம்மாழ்வாரையே ஏற்றுக்கொண்டி ருப்பார்களா என்பது ஐயமே. ராமாநுஜரின் ஆணையில்லாமல் நம்மாழ்வாரைச் சடாரியாக ஏற்றுத் தலைமேல் கொள்வார்களா என்பதும் ஐயமே.

மேலும் ராமாநுஜர் பற்றிய கதைகளை மிகச் சமீப காலம்வரை சொல்லிக்கொண்டிருந்தவர்களில்

பெரும்பாலானவர்கள் வைணவப் பிராமணர்கள். அவர்களுக்குத் தங்கள்மீது கடுமையான விமர்சனங்களை வைக்கும் கதைகளைச் சொல்ல வேண்டும் என்ற எந்தக் கட்டாயமும் இல்லை. அவர்கள் அவற்றை மறைக்காமல் சொல்லிக்கொண்டிருந்ததன் காரணம் அவை ராமாநுஜர் வாழ்வில் உண்மையாக நடந்தவை என்று நம்பியதால்தான். காலம் காலமாகச் சொல்லப்படும் இக்கதைகளை எளிதாக ஒதுக்கித்தள்ளிவிட முடியாது. இவை ராமாநுஜர் மறைந்து சில பத்தாண்டுகளுக்குள்ளாகவே உருவாகித் தொடர்ந்து சொல்லப்பட்டுவரும் கதைகள் என்பதை நாம் மறந்துவிடக் கூடாது.

தென்னிந்தியா முழுவதும் ராமாநுஜரை ஏற்றுக்கொண்ட பிராமணர்கள் அல்லாத பல வைணவர்கள் இருக்கிறார்கள். தலித்துகளிலிருந்து உயர்சாதிகள்வரை. இவ்வாறு ஏற்றுக்கொண்டது இன்று நேற்றல்ல, பல நூற்றாண்டுகளுக்கு முன்னால். வைணவக் கோவில்களில் நடைபெறும் சடங்குகளும் இதேபோன்று பல நூற்றாண்டுகளாக நடந்தேறிவருகின்றன. இதேபோல சங்கரரை ஏற்றுக்கொண்டவர்கள் அதிகம் இல்லை என்றுதான் சொல்ல வேண்டும். ராமாநுஜர் சீர்திருத்த முயற்சிகளைச் செய்தார் என்பதை ஏற்றுக்கொள்ள இதைவிட அதிகச் சான்றுகள் தேவையில்லை.

ஆனால் இன்னொன்றும் சொல்லியாக வேண்டும்.

ராமாநுஜர் சாதியற்ற சமுதாயம் வேண்டும் என்று நினைத்ததாக எந்த ஆதாரமும் இல்லை. சாதிகளுக்குள் ஏற்றத் தாழ்வு இருக்கக் கூடாது என்று நிச்சயம் நினைத்தார் என்பதற்குக்

குருபரம்பரைக் கதைகள் சான்று. அகமணமுறையை எதிர்த்து அவர் பேசவில்லை. குருபரம்பரைக் கதைகளும் பேசவில்லை.

குலந்தாங்கு சாதிகள் நாலிலும் கீழ்இழிந்து எத்தனை
நலந்தான் இலாதசண் டாளசண்டாளர்கள் ஆகிலும்
வலந்தாங்கு சக்கரத்து அண்ணல் மணிவண்ணற்கு
ஆள்என்றுஉள்
கலந்தார் அடியார் தம்மடியார் எம் அடிகளே.

என்று பாடும் நம்மாழ்வாரும் சாதிகள்தாம் குலங்களைத் தாங்குகின்றன என்று சொல்கிறார் என்பதை நினைவில் கொள்ள வேண்டும். இதற்கு ஈடு உயர்சாதி ஆண்கள் கீழடுக்கில் இருக்கும் பெண்களைத் திருமணம் செய்துகொள்ளும் அனுலோமம், இதற்கு நேரெதிராக நடக்கும் பிரதிலோமம் ஆகிய திருமணங்களால் சண்டாளர்கள் ஆகியிருப்பவர்கள் என்ற பொருளையும் சொல்கிறது. சாதியற்ற சமுதாயம் என்ற கருத்து வலுப்பெற்றதே இருபதாம் நூற்றாண்டில்தான் என்பதை நாம் மறந்துவிடக் கூடாது.

இ.பா.வின் ராமாநுஜர்

என்னைப் போலவே இபாவும் ஷேக்ஸ்பியரை ஆராதிப்பவர். அவர் பல ஷேக்ஸ்பியர் நாடகங்களைத் தமிழ் வடிவமாக்கியவர். நாங்கள் பல தடவைகள் ஷேக்ஸ்பியரின் மேதைமையைப் பற்றிப் பேசியிருக்கிறோம். இதுதான் எனக்கும் அவருக்கும் உள்ள ஒற்றுமை. நான் ஒரு ரசிகன் மட்டுமே. இ.பா.வைப் பொறுத்தவரை அவர் சுதந்திர இந்தியாவின் மதிக்கத்தக்க நாடகப் படைப்பாளர்களில் ஒருவர். விஜய் தெண்டுல்கர்,

கிரீஷ் கர்னாட், மோகன் ராகேஷ், பாதல் சர்கார், கே.என். பணிக்கர் போன்று இந்தியா முழுவதும் நல்ல நாடகங்களை விரும்புபவர்களால் மதிக்கப்படுபவர். இதனால அவருடைய படைப்பைப் பற்றி எழுதுவதற்குச் சிறிது தயக்கமாக இருக்கிறது. ஆனாலும் நான் அவருக்காக எழுதவில்லை, அவர் நாடகத்தைப் படிப்பவர்களுக்காக எழுதுகிறேன் என்று எனக்கு நானே சமாதானம் சொல்லிக்கொண்டு இதை எழுதத் துவங்குகிறேன்.

நல்ல நாடகம் என்றால் என்ன?

சமஸ்கிருதத்தின் மிகப் பெரிய நாடக ஆசிரியர்களான காளிதாசன், பாசன், சூத்ரகன், பவபூதி போன்றவர்களின் நாடகங்களைப் படிக்கும்போது நமக்கு உடனே தென்படுவது அவற்றில் நாயகர்கள் நம்மைப் போலச் சாதாரண மனிதர்கள் அல்ல என்பதுதான். சூத்ரகனின் மிருச்சகடிகத்தின் கதாநாயகனான சாருதத்தன்கூட நாடகத்தின் இறுதியில் குசாவதியின் மன்னனாக அறிவிக்கப்படுகிறான். மேலும் நம்மையும் மீறி, இவர்கள் உலகம் வேறானது என்ற எண்ணம் இந்நாடகங்களைப் படிக்கும்போது நம்மைச் சூழ்ந்துகொள்கிறது. ஆனாலும் இவை நம்மை ஈர்க்கின்றன. கதே சாகுந்தலத்தைக் குறித்துச் சொல்வதைப் போல வானத்தையும் பூமியையும் நம்மிடையே வசப்படவைக்கின்றன. வசந்தத்தின் பூக்களையும் கோடையின் பழங்களையும் ஒன்று சேர்த்து நமக்கு அளிக்கின்றன. இதனால் அவற்றில் இருக்கும் மிகையையும் அளவிற்கு அதிகமான இனிப்பையும் இயற்கையை மீறிய நடப்புகளையும் நாம் மறந்துபோகிறோம். ஆனால் அவற்றைப் போன்று இன்று யாராலும் நாடகங்களை எழுத முடியாது.

இந்திரா பார்த்தசாரதி

இவர் நம்மைப் பற்றிதான் பேசுகிறாரோ என்று நம்மை முதலில் நினைக்க வைத்தவர் ஷேக்ஸ்பியர். ஹெரால்ட் ப்ளூம் தன்னுடைய 'The Invention of the Human' புத்தகத்தில் சொல்கிறார்: *Yet I hardly see how one can begin to consider Shakespeare without finding some way to account for his pervasive presence in the most unlikely contexts: here, there and everywhere at once.* அதாவது மனித மனங்கள் செல்லும் இடங்களில் எல்லாம் அவர் சென்றிருக்கிறார் என்பது அவரைப் படிப்பவர்களுக்குத் தெரியும் என்கிறார். "*He is a system of Northern Lights, an aurora borealis, visible where most of us will never go.* யாரும் அதிகம் செல்லாத இடங்களில்கூட அவர் பளீரிடுகிறார் என்கிறார் ப்ளூம்.

இவருக்கு நேர் மாறானவர் ஆன்டன் செகாவ். அதிர்வுகள் அதிகம் இல்லாத நாடகங்கள் அவருடையவை. அவருடைய பாத்திரங்களில் அனேகமாக அனைவருமே வெளிச்சத்தின் வட்டத்திற்குள் வர விரும்பாதவர்கள். "அவருடைய நாயகர்கள் இருக்கையிலிருந்து எழுந்து ஓய்வறைக்குச் செல்கிறார்கள். திரும்பி வந்து இருக்கையில் அமர்ந்துகொள்கிறார்கள்" என்று டால்ஸ்டாய் சொல்கிறார். ஆனால் செகாவின் நாடகங்கள் நம் வாழ்க்கை கதாநாயகர்களின் வாழ்க்கைகளைப் போலத் திருப்பங்கள் நிறைந்து அல்ல என்பதை மிகவும் திறமையாக, ஆர்ப்பாட்டம் இல்லாமல் நமக்கு நினைவுபடுத்துகின்றன.

"வாழ்க்கை என்பதைச் சோகமானது என்றோ மகிழ்ச்சிக்குரிய வகையில் இணக்கமானது என்றோ குறிப்புணர்த்தாமல், செகாவ் அதற்கு எதிரான தன்மையையே தொடர்ந்து முன்வைக்கிறார்:

மனித இருப்பு நாம் நினைப்பதைவிடவும் அர்த்தமற்றது, சலிப்பூட்டுவது; அது அத்தனை வீரார்ந்ததோ திருப்திகரமானதோ அல்ல" என்று செகாவின் நாடகங்களைப் பதிப்பித்த ரொனால்ட் ஹிங்க்லி சொல்கிறார்.

என்னைப் பொறுத்தவரை உலகின் எல்லா நவீன நாடகப் படைப்பாளர்களும் ஷேக்ஸ்பியருக்கும் செகாவிற்கும் இடையிலேயேதான் இயங்குவார்கள்.

இந்த வெளிச்சத்தில் இ.பா.வின் ராமாநுஜர் நாடகத்தை அணுகுவோம்.

ராமாநுஜர் ஒரு வரலாற்று நாயகன் என்பதைப் போல ஔரங்கசீப்பும் ஒரு வரலாற்று நாயகன். இ.பா. ஔரங்கசீப் நாடகத்தையும் எழுதியிருக்கிறார். இ.பா.வின் ஔரங்கசீப் இறை நம்பிக்கை உள்ளவன். ஆனால் தான் யார் என்பதைக் குறித்துத் தெளிவில்லாதவன். 80 ஆண்டுகளுக்கு மேல் வாழ்ந்த பிறகும் அவனுக்கு இந்தத் தெளிவு கைகூடி வருவதில்லை. நாடகத்தின் இறுதியில் சொல்கிறான்: வெறும் கையோடு வந்தேன். போகும்போது ஒரு பாவ மூட்டையைச் சுமந்து போகிறேன். என் கையிலுள்ள ரத்தக் கறையைக் கழுவ ஜமுனா நதி முழுவதும் போதாது... நான் மத வெறியனா? பாசத்திற்கு ஏங்கிய அனாதையா? எனக்கு ஒன்றும் புரியவில்லை . . . என்னை இவ்வளவு கொலைகளைச் செய்யத் தூண்டியது எது? காரணத்தை ஆராய்வது என் பொறுப்பல்ல. சரித்திரம்தான் சொல்ல வேண்டும்."

இவனுக்கு நேர் மாறாக இ.பா.வின் ராமாநுஜர் தெளிவின் இலக்கணம். தன் பிறவியின் இலட்சியம் என்ன என்பதைத்

தெளிவாக அறிந்தவர். அதை நோக்கிச் சென்று முழு வெற்றியை அடைந்தவர். தன் குருநாதரின் மூன்று நிறைவேறாத ஆசைகளை நிறைவேற்றியவர். அவர் சொல்கிறார்: "வைணவன் இறப்பதில்லை. அவனுக்கு முதலேது, முடிவேது? கடவுள் அருளிலிருந்தால் கண்ணுக்குத் தெரிவன யாவும் வைகுண்டம். இறைவன் சாத்தியப்பாடுகளின் எல்லை நிலம். அவ்வெல்லையை நோக்கிப் பயணத்தைத் தொடர்வோம். பயணம் முடிவதில்லை."

இருவரும் வரலாற்றை அறிந்தவர்கள். அது மனித வாழ்க்கை இருக்கும்வரை தொடரும் என்பதைத் தெரிந்தவர்கள் என்பதை இ.பா. மிகவும் தெளிவாகச் சொல்கிறார். ஆனால் ஔரங்கசீப்பிற்குக் கொடுத்திருக்கும் பரிமாணங்களை இ.பா. வால் ராமாநுஜருக்குக் கொடுக்க முடியாது. கொடுக்கக் கூடாது என்பதுதான் என்னுடைய நிலைப்பாடும். ராமாநுஜரைக் கட்டுடைக்கிறேன் என்று கிளம்புவது தடித்தனமானது என்றுதான் நான் சொல்வேன். ராமாநுஜர் பல கோடிக்கணக்கான மக்கள் மதிக்கக்கூடிய மாமனிதர்களில் ஒருவர். ஏசு கிறிஸ்துவிற்கும் நபிகள் நாயகத்திற்கும் ஈடானவர். 'தேவு மற்றறியேன்' என்று அவருடைய பல சீடர்களால் இன்றுவரை தெய்வமாகக் கொண்டாடப்படுபவர். எனவே அவரைப் பற்றி நாடகம் எழுத வேண்டுமானால் மிகவும் கவனமாகத்தான் எழுத வேண்டும் என்ற எண்ணத்தோடுதான் இபா இந்நாடகத்தை எழுதியிருக்க வேண்டும். அவரால் அதிகம் கற்பனையும் செய்ய முடியாது. ஏனென்றால் ராமாநுஜரைப் பற்றிக் கணக்கற்ற கதைகள் குரு பரம்பரையிலும் மற்றைய நூல்களிலும் வியாக்கியானங்களிலும் இருக்கின்றன. அவற்றிற்கு மாறாக எதையும் நுழைத்தால்

ராமாநுஜர் என்று வைணவர்களால் கருதப்படும் ஆளுமைக்குப் பெருத்த அவமானம் செய்ததாக ஆகும்.

இ.பா. இத்தனை நெருக்கடிகளையும் கருத்தில் வைத்துக்கொண்டுதான் நாடகத்தை எழுதியிருக்கிறார். வைணவ மரபு சொல்லும் கதைகளில் பலவற்றை - பாத்திரங்களின் முரண்கள் வெளிப்படுபவற்றை - தவறாமல் நாடகத்தில் சேர்த்திருக்கிறார். ஆனாலும் *Jesus Christ, Superstar* எழுதிய *Tim Rice* சொன்னதுபோல, "கிறிஸ்துவை நாம் கடவுளாகப் பார்க்கவில்லை. சரியான இடத்தில் சரியான நேரத்தில் இருந்த சரியான மனிதன் என்றுதான் பார்க்கிறோம்" என்ற மாதிரிதான் இ.பா.வும் ராமாநுஜரைப் பார்த்திருக்க வேண்டும். எனவேதான் ராமாநுஜர் பாத்திரத்தில் அதிக முரண்களைப் பார்க்க முடிவதில்லை.

நாடகத்தில் செகாவ் தருணம் என்று நான் கருதுவது தஞ்சம்மாவிற்கும் ராமாநுஜருக்கும் இடையே நடக்கும் உரையாடல்தான். தஞ்சம்மாள் நம்மைப் போன்றவர். அவருக்கு வாழ்க்கை இயல்பாகச் செல்ல வேண்டும். சுற்றுவட்டத்தோடு ஒத்துச்செல்ல வேண்டும் என்ற எண்ணம் இருப்பது இயற்கையானது. அது மிகத் தெளிவாக "தீட்டுப் பார்ப்பது தப்பா?" என்று அவர் கேட்பதில் வெளிப்படுகிறது. ஆனால் ராமாநுஜரோ சூப்பர் ஸ்டார். நம் பாதை வேறு என்று எளிதாகச் சொல்லிவிட முடிகிறது. தஞ்சம்மாள் "என்ன இது? நான் தப்பு..." என்று சொல்கிறார். இது அவர் மனம் அடைந்திருக்கும் தடுமாற்றத்தை ஓரிரு வரிகளில் மிக அழகாகப் படம் பிடிக்கிறது.

இ.பா.வே சொல்கிறார்: "அன்றுமுதல் இன்றுவரை என்றும் வரலாற்று நாயகர்களின் சரித்திர முக்கியத்துவத்தை உறுதி செய்யும் துலாக்கோல் மனிதாபிமானந்தான். மனிதாபிமானத்தைத் தவிர வேறு சிறந்த சமயம் இல்லை."

உண்மைதான். மனிதாபிமானத்தின் இலக்கணங்களில் ஒருவர் ராமானுஜர். அவருடைய வாழ்க்கையை நாடக வடிவில் படிக்க விரும்புவர்களுக்கு இ.பா.வின் ராமானுஜர் நாடகத்தைவிடச் சிறந்தது இல்லை. பார்க்க விரும்புபவர்களுக்கும்தான்.

பி.ஏ. கிருஷ்ணன்

முதல் பதிப்பின் முன்னுரை

கி.பி.1017இல் பிறந்த ராமாநுஜர், 120 ஆண்டுகள் வாழ்ந்திருந்ததாகக் கூறப்படுகிறது.

ராமாநுஜர் வரலாற்றைப் பற்றிக் கூறும் பழம்பெரும் நூல்களாகிய குருபரம்பரைப் பிரபாவம், யதிராஜ வைபவம், ராமாநுஜ சம்பு, ராமாநுஜ திவ்ய சரிதம், திவ்யசூரி சரிதம், கோயிலொழுகு யதிராஜ ஸப்ததி, யதிராஜ வம்ஸதி ஆகியவை ராமாநுஜர் என்ற மாபெரும் மனிதரைப் பக்திப் பரவசத்தோடு பார்ப்பதனால், சரித்திரம் அவரவர்களுடைய கற்பனை விரிவாக்கங்களாகவும் பரிணாமம் அடைந்திருப்பதில் ஆச்சரியப்படுவதற்கில்லை.

காலத்தை வெறும் காலண்டர் கணக்காகக் காண முயல்வதில்லை இந்தியப் பிரக்ஞை; ஆகவே எதன் பின் எது என்ற வரலாற்று நியாயம் நம் பாரம்பரியப் பெரியவர்களின் சரித்திரத்தில் நாம் காண முடியாததொன்று.

ஆகவே நூற்றிருபது ஆண்டுகள் வாழ்ந்ததாகக் கூறப்படும் ஒருவர் வரலாற்றை, நாடகமாக்கும்போது அதைத் தொடர்ச்சித் தர்க்கத்தின் பின்னணியில் காண்பதென்பது இயலாத காரியம்.

நேர்க்கோடு என்பது இரண்டு புள்ளிகளுக்கு இடையே உள்ள மிகக் குறைவான தூரம் என்கிறார்கள். நேர்க்கோடு என்பதே ஒரு சௌகரியமான கற்பனை. காட்சிகளாக நிகழும் இந்நாடகத்தின் தொடர்ச்சி ஒரு பாவனை. இந்திய வரலாற்றின் மிகச் சிறந்த ஒரு மனிதரை முழுவதும் நாம் அறிவதற்காக மேற்கொள்ளும் வரவேற்கத்தக்க பாவனை.

தொள்ளாயிரம் ஆண்டுகளுக்கு முன்பு வாழ்ந்த ஒருவர் எப்படி நமக்குச் சம காலத்தவராய் இருக்கிறார் என்பதே இந்நாடகத்தின் நோக்கம்.

ராமாநுஜர் வைணவ மதத்தின் ஸ்தாபகர் அல்லர். அவர் காலத்துக்கு முன்பே ஆழ்வார்களின் அருளிச் செயல்களினால் ஈர்க்கப்பட்டு, நாதமுனி, உய்யக்கொண்டார், மணக்கால் நம்பி, ஆளவந்தார் போன்றவர்கள் வைணவக் கருத்துக்களுக்கு அடிகோலினர். ராமாநுஜர் அவற்றிற்கு ஒரு வடிவம் தந்து, ரகஸ்யார்த்தமாயிருந்த கோட்பாடுகளைச் சாதாரண மக்களிடையே வழங்குவதற்கான வழிவகுத்தார். திருக்கோஷ்டியூரில் நடந்த சம்பவம் இதற்கு ஓர் எடுத்துக் காட்டு.

பௌத்த மதம் செங்கோலோச்சிய காலத்தில் சங்கரர் கண்ட அத்வைதம், சரித்திரக் கட்டாயம். ஆனால், அவருடைய மாயா தத்துவத்தைத் தவறாகப் புரிந்துகொண்டவர்கள் மனித

வாழ்வின் அநித்தியத்தை வற்புறுத்தி, உலகமே வெறுக்க வேண்டியதொன்று என்ற ஒரு நிலையை உருவாக்கிவிட்டார்கள்.

ராமானுஜர், சங்கரருக்குப் பிறகு வந்தவர். 'நிர்க்குண பிரும்ஹம்' என்ற கோட்பாடு அறிவு நிலையில் தெளிவுறுவதற்கு ஏற்றதேயன்றி, பெரும்பான்மையோராக இருக்கும் சாதாரண மக்களுக்குத் தேவையான இதயப்பூர்வமான அநுபவம் ஆக முடியாது என்பதை ராமானுஜர் உணர்ந்தார். ஆகவே அனைவருக்கும் ஏற்றதான 'பக்தி' மார்க்கத்தையும், அதன் எல்லை நிலமாகிய 'பிரபத்தியையும்' (சரணாகதித் தத்துவம்) அவர் கண்ட தரிசனத்தின் நிலைத் தூண்களாக நிறுவினார். சங்கரரே, பின்னொரு காலகட்டத்தில், 'பக்தி'யை வற்புறுத்தி, பஜ கோவிந்தம் பாட வேண்டியிருந்தது என்பதை நாம் மறந்துவிடக் கூடாது.

மனோதத்துவ நிலையிலிருந்து பார்க்கும்போது, இறைவனின்றி மனிதனால் இருக்க இயலாது. ஆகவேதான் இறைவனை வற்புறுத்தாத எந்தத் தத்துவமும் இன்றளவும் உலக வரலாற்றில் வெற்றி பெற முடியவில்லை. நிகழும் காரியங்கள் அனைத்துக்கும் ஓர் அர்த்தம் இருக்க வேண்டும். 'இறைவன், தாயக்கட்டை போடுவதில்லை' என்று இதனால்தான் இந்நூற்றாண்டின் தலைசிறந்த விஞ்ஞானியாகிய ஐன்ஸ்டீன் கூறினார். அவ்வாறு காணும் அர்த்தத்தின் எல்லையாக இறைவனை உருவகித்துக்கொண்டால் வாழ்க்கைப் பயணம் சுவாரஸ்யமாயிருக்கும். ராமானுஜர், இதை நன்குணர்ந்த நிலையில், 'சித் (ஆத்மா), அசித் (சரீரம்) ஆகிய இரண்டும் ஈஸ்வரனோடு இடையீடின்றி ஒன்றியைந்திருக்கின்றன என்பதால்,

இதன் அர்த்தத்தை அனுபவமாக உணரும்போது, வாழ்க்கை ரசிக்கத்தக்க பயணமாக அமைகிறது' என்கிறார். இறைவனை புவன சுந்தரனாகக் காண்பதற்கும், பக்தியே ஒரு ரஸம் என்று அவர் கொண்டிருந்த கருத்துத்தான் காரணம். தமிழ் மரபில் வந்த ஆழ்வார்களின் நாயக–நாயகி பாவ அகப்பாடல்கள். 'பக்தியே ரஸம்' என்ற கூற்றை அரண்செய்யும்.

ஜாதி வேறுபாடு, வைதிக மதத்தின் சாபக்கேடு. பிறப்பினால் உயர்வு, தாழ்வு கர்ம பலனினால் ஏற்படுகிறது என்று கூறிய சமாதானம் அதைவிட ஒரு பெரிய கொடுமை. ராமாநுஜர், ஜாதி வேறுபாடுகளை அடியோடு நிராகரித்தார். அவருடைய முதல் வைணவ குரு, வைஸ்ய குலத்தைச் சார்ந்த திருக்கச்சி நம்பி. சித் (ஆத்மா), அஸித் (சரீரம்) ஆகியவை இரண்டும் ஈஸ்வரனுடைய நீக்கமற நிறைந்திருக்கும் பண்புகள் என்று கூறிவிட்டு, 'அஸித்'தைப் (சரீரத்தை) பொருத்தவரையில் ஏற்றத்தாழ்வுகள் உண்டு என்பதை எப்படி ஏற்றுக்கொள்ள முடியுமென்றே அவர் நினைத்திருக்க வேண்டும். அவ்வாறு ஏற்றுக்கொண்டால் அக்குறைபாடுகளை ஈஸ்வரனுக்கும் ஏற்றிச் சொல்ல வேண்டும். ஆனால் ஈஸ்வரனோ, 'பிரும்ஹம்'. 'பிருஹத்' என்ற சொல்லினின்றும் பெறப்படும். 'பிரும்ஹம்' என்றால், 'நிறைவு உள்ள, பரிபூரணமான குணங்களுடன் கூடிய அரும்பொருள்' என்று அர்த்தம்.

ஜாதி வேறுபாட்டை ஒழிக்கும் வகையில், வைணவம் அனைவருக்கும் உரித்தானது என்று அவர் அறிவித்தார். சமூக விளிம்பிலிருந்த பஞ்சமர்களையும் வைணவர்களாக்கி, அவர் களைத் 'திருக்குலத்தார்' என்றழைத்தார். மேல் கோட்டையில்,

திருமால் கோயில் கட்டுவதற்கும், 'செல்லப் பிள்ளை' என்று ராமாநுஜரால் அழைக்கப்பட்ட அவ்வுற்சவ மூர்த்தியை மீட்பதற்கும், திருக்குலத்தார் ராமாநுஜருடன் தோளொடு தோள் நின்று உதவி செய்த பணியைப் பற்றி வரலாற்று ஆசிரியர் புக்கனன் *(Buchanan)* தமது சரித்திரக் குறிப்பேடுகளில் ஆதாரப்பூர்வமாக விவரித்துள்ளார். மேலும், 'மேல்கோட்டை, ஸ்ரீரங்கப்பட்டனம், பேலூர் ஆகிய கர்நாடக ராஜ்ய நகரங்களிலுள்ள பெருமாள் கோயில்களில், திருக்குலத்தாருக்கு த்தான் சிறப்பு மரியாதை செய்ய வேண்டுமென்று' ராமாநுஜர் ஆணை பிறப்பித்ததாக புக்கனன் கூறுகிறார்.

கி.பி. 1897ஆம் வருஷத்திய 'ரைஸ் கெஜட்டீர்' *(Rice's Gazetteer)*, வழி வழி வந்த ராமாநுஜர் துவங்கிய இம்மரபைப் பற்றி விளக்கமாகக் கூறுகிறது.

ராமாநுஜர் வரலாற்றில் இன்னொரு சுவாரஸ்யமான செய்தி, அவர் தில்லி சென்று, மேல் கோட்டை கோயிலிலுள்ள உற்சவ மூர்த்தியாகிய 'சம்பத் குமாரனை', 'துருக்க அரசனி'டமிருந்து மீட்டு வந்தது. இப்பொழுதும் பிரபல பெருமாள் கோயில்களில் 'துருக்க நாச்சியார்' சன்னிதி உண்டு. ஸ்ரீரங்கம் கோயிலில் மார்கழி மாதம் நடைபெறும் ஏகாதசித் திருவிழாவில், பகல் பத்து திருநாளிலே உற்சவப் பெருமாளான நம்பெருமாள் முஸ்லிம் இனத்தவரைப் போன்று லுங்கி கட்டிக்கொண்டு இந்த துருக்க நாச்சியாருக்குக் காட்சி தரும் வழக்கம் தொன்றுதொட்டு இன்றும் உண்டு.

ராமாநுஜர் வரலாற்றை எழுதிய ஆட்கொண்ட வில்லி கோவிந்தச்சாரியார், இக்கதையை மிகவும் நயமாக ஆராய்ந்து

எழுதியுள்ளார். மரபுக் கதைகளில் இத்துருக்க மன்னன் 'எம்மாடு ராயன்' என்று குறிப்பிடப்படுகின்றான். 'எம்மாடு' என்பது 'மொஹம்மது' என்ற பெயரின் திரிபாக இருக்கலாமென்பது அவர் வாதம். 'ராயன்' என்றால் 'அரசன்.' துருக்க மன்னன் தில்லியில்தான் இருந்திருக்க வேண்டுமென்ற அவசியமில்லை. அப்பொழுதே ஹொய்சால தேசத்துக்கு வடக்கே முஸ்லிம் குறுநில மன்னர்கள் ஆட்சி வந்துவிட்டது.

ஆகவே 'எம்மாடு ராயன்' என்பது பக்கத்து தேசத்து எந்த முஸ்லிம் குறுநிலத் தலைவனாகவும் இருக்கக்கூடும்.

பிரபாகரர் எழுதிய 'யவனப் பிரியா' என்ற நூல், 'துருக்க இளவரசி, 'சம்பத் குமார'னை மணந்த செய்தி பற்றிக் கூறுகிறது. திருமணத்தின்போது மணமகன், மணமகள் ஆகியோருடைய கோத்திரங்கள் சொல்லப்பட வேண்டும். 'சம்பத் குமாரன்' ('செல்லப்பிள்ளை') ராமாநுஜர் மகன் என்பதால் அவனுக்கு ராமாநுஜர் கோத்திரமாகிய 'ஹரித' கோத்திரம் வழங்கப்படுகிறது. 'சுல்தானி' (துருக்க இளவரசி) கார்க்கிய கோத்திரம் என்று கூறுகிறது. 'யவனப் பிரியா' என்ற இந்நூல். கோவிந்தாச்சாரியாரின் கருத்தின்படி, எல்லா வெளிநாட்டார்களும் நம் மரபில் 'யவனர்' என்று அழைக்கப்பட்டனர். ஆகவே சுல்தானி, 'யவனி' ஆகிறாள். எல்லா கிரேக்கர்களுக்கும் (யவனர்களுக்கும்) கார்க்கிய கோத்திரம் கொடுக்கப்பட்டதால், 'சுல்தானி'க்கும் இது வழங்கப்பட்டிருக்க வேண்டுமென்பது அவர் கருத்து. கட்டுக்கதையாகத் தோன்றினாலும், இதில் சரித்திரம் கலந்திருக்கிறது என்றே தோன்றுகிறது.

சரித்திர, அதீதக் கற்பனைச் சம்பவங்கள் மிக நிறைந்த ராமாநுஜர் வரலாற்றை நாடகமாக்குவது அவ்வளவு சுலபமான காரியமன்று என்பது எனக்குத் தெரிந்ததுதான். ராமாநுஜர் அற்புதமான சிந்தனையாளர் மட்டுமன்றி, மாபெரும் செயல்வீரர் என்பதே எனக்கு அவரைப் பற்றி நாடகம் எழுத வேண்டுமென்ற உந்துதல்.

தற்காலத்தில் ஆங்கிலம்போல், அறிவு ஜீவிகளுக்கிடையே மட்டும் வழங்கிய சம்ஸ்கிருதத்தில் தெய்வ வழிபாடு இருந்த நிலையை மாற்றி, பெரும்பான்மையோராயிருந்த எளிய மக்களும் வணங்குவதற்கேற்றதாகத் தமிழை ஆண்டவனின் கருவறையில் அரியாசனம் ஏற்றியவர் ராமாநுஜர். அதனால்தான் ஜாதி வேறுபாடின்றி அனைவரும் வைணவ மதத்தில் சேர முடிந்தது.

பெண்களுக்கு, ஆண்களுக்கு நிகரான சம அந்தஸ்து அளித்து அவர்களையும் சிஷ்யர்களாக ஏற்றுக்கொண்ட வைதிக சமயத் தலைவர்களில், முதல்வர் ராமாநுஜர். வைணவத்தில் நாராயணன், 'திருமகன் கேள்வன்' என்றே அழைக்கப்படுகிறான். இது ராமாநுஜர் உருவாக்கிய வியாக்கியான மரபு. அவருடைய மடத்திலிருந்த முக்கியமான பெண்கள், ஆண்டாள் (கூரேசர் மனைவி) பொன்னாச்சி, கொங்குப்பிராட்டி, திருவண் பரிசாரத்து அம்மை, திருவெட்டாற்று அம்மை, திருவனந்தபுரத்து அம்மை முதலியோர். இந்நாடகம், குருபரம்பரைச் செய்திகளினின்றும் சில இடங்களில் மாறுபடுகிறது என்பதையும் குறிப்பிட்டாக வேண்டும்.

ஆளவந்தாரின் மூன்று நிறைவேறா ஆசைகளை இக்கதைகள் குறிப்பிடும்போது, வேத வியாஸர் பெயரையும்

அவர் தந்தை பராசரர் பெயரையும், நம்மாழ்வார் பெயரையும் நிலைநிறுத்த, அப்பெயர்களை வைணவக் குழந்தைகளுக்குச் சூட்டியிருக்க வேண்டுமென்றும், அது தம்மால் இயலாமல் போய்விட்டதென்றும், அவர் திருநாடு அடைவதற்கு முன்னால் சொன்னதாகக் கூறுகின்றன. மூன்றாவது ஆசையாகிய, வியாஸ சூத்திரங்களுக்கு வியாக்கியானம் எழுதியிருக்க வேண்டும் என்பதை நோக்கும்போது, பெயர் சூட்டாமலிருந்ததை அப்படியோர் ஈடு செய்ய முடியாத இழப்பாக ஆளவந்தார் கருதியிருப்பாரா என்று சிந்திக்கத் தோன்றுகிறது. ஆகவேதான் மூன்றாவது ஆசைக்கு ஈடாக, முதல் இரண்டு ஆசைகளை நான் மாற்றி எழுதியுள்ளேன். மாறனேர் நம்பி என்ற ஐந்தாவது குலத்தைச் சார்ந்தவர் ஆளவந்தாரின் சிஷ்யர் எனும்போது, ராமாநுஜரின் சிந்தனைகளுக்கு வழிவகுத்தவர் ஆளவந்தார் என்பது உறுதியாகத் தெரிகிறது.

வைணவப் பரம்பரைக் கதைகளில் சோழ மன்னன் பலத்த கண்டனத்துக்குள்ளாகியிருக்கிறான் என்று அறிய முடிகிறது. அவனைச் சிவ மத வெறியனாக அவை சித்திரிக்கின்றன. இச்சோழ அரசன் யாரென்று நிச்சயமாகத் தெரியவில்லை. நூற்றிருபது வயதுவரை இருந்த ராமாநுஜர், ஐந்து சோழ மன்னர்களின் ஆட்சியைக் கண்டிருக்க வேண்டும். வரலாற்றுக் குறிப்புக்களின்படி பார்க்கும்போது, இம்மன்னன் முதல் குலோத்துங்கனாக இருக்கலாமென்று ஊகிக்க முடிகிறது. அவனுக்கு ‘சப்த விஷ்ணு வர்த்தனன்’ என்ற பட்டப் பெயருமுண்டு என்று பார்க்கும்போது, அவன் சைவமதச் சார்புடைய மத வெறியனாக இருந்திருக்க முடியுமா என்ற கேள்வி எழுகிறது.

அக்காலத்தில் உலகமெங்கும் எல்லா நாடுகளிலும் சமயமும் அரசியலும் இணைந்திருந்தன. அரசனுடைய ஆட்சி பலம், சமயப் பெரியோர்களின் ஆதரவைச் சார்ந்திருந்தது. ராமாநுஜரின் கொள்கைகள், மக்களிடையே செல்வாக்குப் பெற்றிருந்த சமயத் தலைவர்களின் கொள்ளைகளுக்கு முரணாக இருந்தன. சமயத்தின் சடங்கு நியதிகளையும் ஜாதி ஏற்பாடுகளையும் ராமாநுஜ மதம் கெடுத்துவிடக்கூடுமென்ற அச்சம், மரபு சார்ந்த வைணவர்கள், சைவர்கள் ஆகிய இரு சாராருக்குமே இருந்திருக்க வேண்டும். சமயப் பெரும்பான்மையோரை விரோதித்துக்கொண்டு அரசன் அரசாள முடியாது என்பதும் வரலாற்று உண்மை.

ஆகவேதான் இந்நாடகத்தில், தயங்கித் தயங்கி ராமாநுஜர் மீது நடவடிக்கை எடுக்கும் சோழ மன்னனாக அவன் சித்திரிக்கப்பட்டுள்ளான்.

ரோமன் ஆளுநர், யூதப் பெரும்பான்மையோர் விருப்பத்தின்படி ஏசுநாதருக்கு எதிராகத் தீர்ப்பு வழங்கிவிட்டுத் தம் கைகளைத் தண்ணீரில் கழுவிக்கொள்கிறார் என்று கிறிஸ்துவ வரலாறு கூறுகிறது.

சோழ மன்னனுக்கு ராமாநுஜர் விவகாரம் பெரிய பிரச்சினையாக இருந்திருக்க வேண்டும். ராமாநுஜரை வைணவர்களும் எதிர்த்தார்கள்; சைவர்களும் எதிர்த்தார்கள். இச்சூழ்நிலையில், மன்னனின் மனக்குழப்பத்தை நாம் புரிந்து கொண்டாக வேண்டும். ஆகவேதான் சோழ அரசன், ஈவு இரக்கமற்ற மத வெறியனாக இந்நாடகத்தில் காட்டப்படவில்லை.

ராமாநுஜர் 120 ஆண்டுகள் இருந்ததாகக் கூறப்படுவதால், நாடகம் மேடை ஏற்றப்படும்போது, சில பிரச்சினைகள் எழக்கூடும்.

முதல் காட்சியில் இளைஞராக வரும் ஒருவரைப் போகப் போக வயது முதிர்ந்தவராகக் காட்டவேண்டிய அவசியம் ஏற்படுகிறது.

அவருக்குத் தொடக்கத்தில் இருபத்தைந்து வயது. துறவியானபோது வயது முப்பத்திரெண்டு. மேல் கோட்டைக்குச் சென்றபோது வயது எழுபத்தொன்பது. மேல் கோட்டையில் திருநாராயணன் கோவில் எழுப்பியது எண்பத்திமூன்று வயதில். மேல்கோட்டையில் அவர் தொண்ணூற்றொன்பது வயதுவரை இருந்தார்.

திருவரங்கம் திரும்பியபோது வயது நூற்றியொன்று. திருநாடு அடைந்தபோது வயது நூற்றிருபது. ராமாநுஜர் இறுதிவரை உடல் தளராமல் மிகுந்த சரீர பலத்துடன் இருந்தார் என்று அவர் வரலாற்று நூல்கள் கூறுகின்றன. ஆகவே அவரை அறுபது வயதுக்கு மேல்பட்டவராகக் காட்டத் தொடங்குவதிலிருந்து, இறுதிவரை அந்நிலையிலேயே இருப்பவராகக் காட்டுவதில் தவறில்லை.

இந்நாடகம் ராமாநுஜர் கூரேசர் மகனைத் தம் வாரிசாக அறிவிக்கும் நிலையில் முடிந்துவிடுகிறது.

இந்நாடகத்துக்கு ‘செட்’ எதுவும் தேவையில்லை; நிகழ்வுகள், காஞ்சி, திருவரங்கம், நீலகிரிக் காடு, மேல்கோட்டை, முஸ்லிம் மன்னர் ஆளும் நாடு ஆகிய இடங்களில் நடைபெறுகின்றன.

அவற்றைக் குறிப்பாக உணர்த்தும் வகை, நாடகத்திலேயே சொல்லப்பட்டுள்ளது. இதை அப்படியே பின்பற்ற வேண்டுமென்ற அவசியமுமில்லை. இது இயக்குநரின் கற்பனையைப் பொருத்த விஷயம். ஆனால் ஆடம்பரமான காட்சி ஜோடனைகள் நாடகத்தின் கருத்துக் கோட்பாடுகளுக்கு ஊறு விளைவிக்கக் கூடுமென்று சொல்ல விரும்புகிறேன்.

இந்நாடகத்தின் நோக்கம், ராமாநுஜர் நமக்குச் சம காலத்தவர் என்று இதைப் படிக்கிறவர்களும், மேடை ஏறும்போது பார்க்கிறவர்களும் உணர வேண்டுமென்பது தான். ஒவ்வொரு காலத்திலும் வேறுபட்டுச் சிந்திக்கிறவர்கள் அனைவரையுமே அவர்களைப் பின்பற்றும் பிற்காலத்தினர், ஸ்தாபனச் சிறையில் பூட்டி வைத்துவிடுகின்றனர். ஆகவே, அக்காலத்திய புரட்சியாளராக இருந்த ராமாநுஜரை அந்த ஸ்தாபனச் சிறையினின்றும் மீட்டு நாம் இப்பொழுது புரிந்து கொள்ள வேண்டுமென்பது என் கருத்து. அதே சமயத்தில் மாறிக் கொண்டே வரும் இக்காலத்திய சமுதாய நவீன மதிப்பீடுகளை அளவுகோல்களாகக் கொண்டு ராமாநுஜரை நாம் எடை போட முயல்வதும் தவறு. ஆனால் இது மட்டும் உறுதியாகக் கூற முடியும். அன்று முதல் இன்றுவரை என்றும், வரலாற்று நாயகர்களின் சரித்திர முக்கியத்துவத்தை உறுதி செய்யும் துலாக்கோல் மனிதாபிமானந்தான். மனிதாபிமானத்தைத் தவிர வேறு சிறந்த சமயம் எதுவுமில்லை.

இந்திரா பார்த்தசாரதி

ராமாநுஜர்

ராமாநுஜர்

(திரை விலகும்போது, அரங்கத்தில் இருள். இடி இடிக்கும் சப்தம். மின்னல். மழை பெய்யத் தொடங்குகிறது. பயங்கர மழையின் ஒலி. அரங்கத்தின் மையத்தில் ஒளி. ஒருவர் படுத்துறங்கக்கூடிய பகுதியைச் சுட்டிக்காட்டுகிறது. ஒருவர், மழையில் சொட்டச் சொட்ட நனைந்து, மழையினின்று தப்பிக்க ஒளிப்பகுதியை நாடுகிறார். அது ஒரு வீட்டின் இடைகழி. அவர் குளிரில் நடுங்கியவாறு, அங்குப் படுத்துக்கொள்கிறார்.

சிறிது நேரம் கழித்து இன்னொருவர் மழைக்கு ஒதுங்க, ஒளிப்பகுதியருகே வந்து நிற்கிறார். படுத்திருந்தவர் எழுந்து அவருக்கு இடமளிக்கிறார். இருவரும் உட்கார்ந்திருக்கின்றனர். சிறிது நேரம் கழித்து மூன்றாமவர் அங்கு மழைக்கு ஒதுங்குகிறார். உட்கார்ந்திருந்த இருவரும் அவருக்கும் இடம் தருகின்றனர்.

மூன்று பேரும் நிற்கிறார்கள். அப்பொழுது அவர்கள் மூவரும், நான்காவது நபர் தங்களை நெருக்குவதை உணர்கின்றனர். அந்த நாலாவது ஆள் கண்ணுக்குத் தெரியவில்லை.

திடீரென்று அரங்கம் முழுவதும் ஒளி வெள்ளத்தில் ஆழ்கிறது.

அப்பொழுது மூவரும் ஒளி வரும் திக்கு நோக்கி சாஷ்டாங்கமாய் விழுந்து வணங்குகின்றனர்.)

முதலாமவர்: *(எழுந்து பாடுகிறார்)*

வையந் தகளியா வார்கடல் நெய்யாக
வெய்ய கதிரோன் விளக்காக–செய்ய
சுடராழியானடிக்கே சூட்டினேன் சொல்மாலை
இடராழி நீங்குகவே யென்று

இரண்டாமவர்:

அன்பே தகளியா ஆர்வமே நெய்யாக
இன்புருகு சிந்தையிருதிரியா–நன்புருகி
ஞானச்சுடர் விளக்கேற்றினேன் நாரணற்கு
ஞானத்தமிழ் புரிந்த நான்.

மூன்றாமவர்:

திருக்கண்டேன் பொன்மேனிகண்டேன் திகழும்
அருக்கனல் நிறமும் கண்டேன் செருக்கிளரும்
– செருக்கிளரும்

பொன்னாழி கண்டேன் புரிசங்கம் கைக்கண்டேன்
– கைக்கண்டேன்

என்னாழி வண்ணன்பால் இன்று.

(மூவரும் பாடி முடித்த பிறகு, கண் மூடி மெய் மறந்து நிற்கின்றனர் . . . அப்பொழுது குரல் ஒலிக்கிறது.)

குரல்: பொய்கை, பூதம், பேய் ஆகிய மூவரும் முதலாழ்வார்கள். ஒருவருக்குப் படுக்க இடமிருந்தால், அதில் இருவர் அமரலாம். மூவர் நிற்கலாம் என்ற மனிதாபிமானக் கதையை உலகுக்கு உணர்த்தியவர்கள்.

நான்காவது ஆளாக அவர்கள் அங்கு இறைவனைக் கண்டார்கள். வைணவத்தின் தொடக்கக் கதை இதுதான். பன்னிரெண்டு ஆழ்வார்களுக்குப் பிறகு ஆச்சாரியார்கள். அவர்களில் முதல்வர் நாதமுனி. அவருக்குப் பிறகு உய்யக் கொண்டார். பிறகு மணக்கால் நம்பி. அவரைத் தொடர்ந்தவர் ஆளவந்தார். ஆளவந்தாருக்குப் பிறகு ராமாநுஜர்.

நாடகம் ஆளவந்தாரின் அந்திம காலத்திலிருந்து தொடங்குகிறது.

(ஒலி தேய்ந்து இருள்)

அங்கம்-1

காட்சி-1

திருவரங்கம்

(திரை விலகும்போது, அரங்கத்தில் இருள். சில விநாடிகளுக்குப் பிறகு, பாயும் நீல ஒளி, அரங்க நடுவில் பீடத்தில் உட்கார்ந்திருக்கும் ஆளவந்தாரைச் சுட்டுகிறது. அவரைச் சுற்றி நிற்கும் சீடர்கள்

மீது வெளிச்சம் இல்லை. அவர்கள் மங்கலாகத் தெரிகிறார்கள். சீடர்கள் இரு வரிசைகளில் நிற்கிறார்கள். ஆளவந்தார் முதியவர். கண்கள் மூடியவாறிருக்கின்றன. அவர் பத்மாசன நிலையில் அமர்ந்திருக்கிறார்.

திரை விலகும்போது, பின்னணி இசையாக மிகத் தொலைவில் ஒலிப்பதுபோல், கேட்டுக்கொண்டிருந்த பாட்டு, சில விநாடிகளுக்குப் பிறகு இப்பொழுது தெளிவாகக் கேட்க வேண்டும். ஆளவந்தார் இசையில் ஆழ்ந்திருப்பது தெரிகிறது.

(காலை)

இசை:

கடிமலர்க் கமலங்கள் மலர்ந்தன இவையோ
கதிரவன் கனைகடல் முளைத்தனன் இவனோ
துடியிடையார் கரிகுழல் பிழிந்து தறித்
துகிலுடுத் தேறினர் சூழ்புனவரங்கா!
தொடையொத் துளவமும் கூடையும் பொலிந்து
தோன்றிய தோள் தொண்டரடிப் பொடியென்னும்
அடியனை அளியென்றருளி உன்னடியார்க்கு
ஆட்படுத்தாய்! பள்ளியெழுந்தருளாயே!

(இசை முடிந்ததும், கோயில் மணி ஒலிக்கின்றது. சங்கு முழங்குகின்றது. ஆளவந்தார் கண்களைத் திறக்கின்றார். முகத்தில் ஆனந்தப் பரவசம் . . . அவர் இரு மருங்கும் சிஷ்யர்களை நோக்குகிறார். பிறகு கண்களை மூடுகிறார் . . .)

ஆளவந்தார்: *(தெளிவான, மிருதுவான குரலில்)*

அப்பன் அழைக்கின்றான். *(சில விநாடிகள் மௌனம்)*

ஆளவந்தார்: இறுதிதான் உறுதி. இதுதான் வாழ்க்கை. *(சில விநாடிகள் மௌனம்)*

ஆளவந்தார்: *(லேசான திடுக்கிட்ட குரலில்)* அபசாரம்! வைணவன் இறப்பதில்லை. *(சில விநாடிகள் மௌனம்)*

ஆளவந்தார்: அவனுக்கு முதலேது, முடிவேது? அலகிலா விளையாட்டில் அவனுமொரு ஆட்டக்காரன். *(சில விநாடிகள் மௌனம்)*

ஆளவந்தார்: *(கண்களைத் திறக்கிறார்)* நான் எண்ணியவை பல. பண்ணியவை சில *(பெருமூச்செறிகிறார் . . .)*

ஆளவந்தார்: சாதியற்ற சமுதாயம். நாதியற்றவர்க்கும் நற்கதி. இது என் முதல் ஆசை. *(அவர் ஒரு விரலை மடக்குகிறார்)*

ஆளவந்தார்: குறுகிக் கிடக்கும் வைணவ தர்மம் எல்லை கடந்து விரிய வேண்டும். இது என் அடுத்த ஆசை. *(அவர் இன்னொரு விரலை மடக்குகிறார்)*

ஆளவந்தார்: ஈரநெல் வித்தி முளைத்த நெஞ்சப் பெரும் தர்மம் நம் மதம். வைணவம், இதயப் பார்வை. இப்பார்வையில் உரை எழுத நினைத்தேன் பிரும்ஹ சூத்திரத்துக்கு. இயலவில்லை. இது என் மூன்றாவது ஆசை. *(அவர் மூன்றாவது விரலை மடக்குகிறார். விரல் மடங்கியபடியே இருக்கின்றன. சில விநாடிகள் மௌனம்)*

ஆளவந்தார்: தொடக்கப்பணி முடிந்தது. சேரிவாழ் நம்பி மாறனேர் நம்பி என் சிஷ்யன் . . .

தொடக்கப் பணி முடிந்தது, தொடர்ந்து நடத்த அவன் வருவான்.

(சிஷ்யர்கள் ஒருவரையொருவர் பார்த்துக்கொள்கின்றனர்... 'அவன்' என்று ஆளவந்தார் குறிப்பிட்டது 'யாரை' என்று அவர்களுக்குப் புரியவில்லை)

ஆளவந்தார்: அன்று அவனைப் பார்த்தேன். காஞ்சியில். பேரருளாளன் சொன்னான். 'ஆளவந்தாரே, இவன் உம் வாரிசு!' என்ன தோற்றம்! என்ன பொலிவு! ராமனின் இளவல் ராமாநுஜன்!

(சிஷ்யர்கள் மறுபடியும் ஒருவரையொருவர் பார்த்துக் கொள்கின்றனர் . . .)

ஆளவந்தார்: பெரிய நம்பியை அனுப்பியிருக்கிறேன் அவனை அழைத்துவர. தொடர்ச்சியே வாழ்க்கையின் தத்துவம்.

(கோயில் மணி ஒலிக்கிறது. ஆளவந்தார் முகத்தில் மலர்ச்சி... அவர் கண்களை மூடிக்கொள்கிறார்.)

ஆளவந்தார்: *(மிகச் சன்னமான குரலில்)* 'சூழ் விசும்பு' பாடுங்கள்

(சிஷ்யர்கள் பாடுகிறார்கள்)

சூழ்விசும் பணி முகில் தூரியம் முழக்கின
ஆழ்கடலலை திரை கையெடுத்தாடின
ஏழ்பொழிலும் வளமேந்திய என்னப்பன்
வாழ்புகழ் நாரணின் தமரைக் கண்டுகந்தே . . .

(ஆளவந்தார் முகத்தில் அமைதி. ஆடாமல் அசையாமல் உட்கார்ந்திருக்கிறார். மூன்று விரல்கள் மடங்கியபடியே இருக்கின்றன. கோயில் மணி ஒலித்தபடி இருக்கிறது. இருள் . . .)

(சில விநாடிகளுக்குப் பிறகு ஒளி வரும்போது, முன் அரங்கத்தின் இடப்பக்கத்திலிருந்து ராமாநுஜரும் பெரிய நம்பியும் அரங்கத்துள் நுழைகின்றனர். பெரிய நம்பியை ராமாநுஜர் தொடர்கிறார்.

பெரிய நம்பி நடுவயதைத் தாண்டியவர். சாந்தம் ததும்பும் முகம்.

ராமாநுஜர் இளைஞர்; நெடிது வளர்ந்த கம்பீரமான தோற்றம். முகத்தில் தெளிவும் உறுதியும் தெரிகின்றன.

இருவரும், பத்மாசன நிலையிலிருக்கும் ஆளவந்தாரைப் பார்த்ததும் சிறிது திடுக்கிடுகின்றனர். ராமாநுஜர் வேகமாக முன் சென்று ஆளவந்தார் அருகில் சென்று முகத்தை உற்று நோக்குகிறார். பிறகு தம்மருகில் வந்து நிற்கும் பெரிய நம்பியைப் பார்க்கிறார். சோகத்தில் ஆழ்ந்து நிற்கும் சிஷ்யர்களையும் பார்க்கிறார். பெரிய நம்பியால் அழுகையைக் கட்டுப்படுத்த முடியவில்லை. ராமாநுஜர் அவர் கைகளைப் பற்றிக் கொள்கின்றார் . . .)

ராமாநுஜர்: நீங்கள் என் குருநாதர். சிஷ்யன் சொல் பொறுத்தருள்க. வைணவருக்கு ஏது மரணம்? முதலேது, முடிவேது?

(ஆளவந்தாரின் சிஷ்யர்கள் ஆச்சர்யத்தோடு ராமாநுஜரைப் பார்க்கிறார்கள். ஆளவந்தார் சொன்ன வார்த்தைகள்! அவர்தான் ராமாநுஜராக இருக்க வேண்டுமென்று யூகிக்கின்றனர் . . .)

சிஷ்யன் *(1)*: நீங்கள்தான் . . .

ராமாநுஜர்: *ராமாநுஜன்*

சிஷ்யன் *(2)*: பெரிய நம்பியுடன் வரும்பொழுதே யூகித்தோம்.

சிஷ்யன் (3): ஆளவந்தார் சொன்ன வார்த்தை அவை . . .

சிஷ்யன் (4): திருநாட்டுக்கு எழுந்தருள்வதற்கு முன்

சிஷ்யன் (1): 'வைணவன் இறப்பதில்லை. முதலேது முடிவேது?'

சிஷ்யன் (2): ஆளவந்தார் அடையாளப்படுத்திக் காட்டி விட்டார்.

சிஷ்யன் (3): நீங்கள்தான் அவர் வாரிசு!

சிஷ்யன் (4): அவர் சொல்லிவிட்டுப் போன செய்தி இது . . .

(அவர்கள் ராமாநுஜர் கால்களில் விழுந்து வணங்க, அவர் அவர்களைத் தடுத்து நிறுத்துகிறார். அவர் ஒன்றும் புரியாமல் பெரிய நம்பியைப் பார்க்கிறார். பெரிய நம்பி ஆளவந்தார் உடலையே பார்த்துக்கொண்டு நிற்கிறார். ராமாநுஜர் அப்பொழுது ஆளவந்தார் வலக்கையில் மூன்று விரல்கள் மடங்கியிருப்பதைப் பார்க்கிறார். அவருக்கு இது ஆச்சர்யமாக இருக்கிறது. அவர் சிஷ்யர்களை 'இது ஏன் இப்படி இருக்கின்றது?' என்பது போல் பார்க்கிறார்)

சிஷ்யன் (1): ஆளவந்தாருக்கு மூன்று நிறைவேறா ஆசைகள்.

சிஷ்யன் (2): சாதியற்ற சமுதாயம். நாதியற்றவர்க்கும் நற்கதி.

சிஷ்யன் (3): குறுகிக் கிடக்கும் வைணவ தர்மம் எல்லை கடந்து விரிய வேண்டும்.

சிஷ்யன் (4): பிரும்ம சூத்திரத்துக்கு வியாக்கியானம்

சிஷ்யன் (1,2,3,4): ஆக மடங்கிய விரல்கள் மூன்றும் நிறைவேறா ஆசைகள்

(ராமாநுஜர் மடங்கிய விரல்களைப் பார்த்தபடி சிறிது நேரம் நிற்கிறார் . . . முகத்தில் உறுதி . . .)

ராமாநுஜர்: பக்தியிருந்தால் அதுவே மாபெரும் சக்தி. கடவுள் அருளிருந்தால் கண்ணுக்குத் தெரிவன யாவும் வைகுண்டம்.

இறைவன், சாத்தியப்பாடுகளின் எல்லை நிலம். அவ்வெல்லையை நோக்கியே இனி என் பயணம். ஆளவந்தார் ஆசைகளை நிறைவேற்றுவது அடியேன் கடமை. அவை நிறைவேறும், நிச்சயமாய் நிறைவேறும்.

(சிஷ்யர்கள் 'ஓம் நமோ நாராயணாய' என்று கோஷமிடுகின்றனர். ராமாநுஜர் ஆளவந்தார் பூத உடல் முன் சாஷ்டாங்கமாய் விழுந்து நமஸ்கரிக்கின்றார். கோயில் மணி ஒலிக்கின்றது. வெளிச்சம் ஆளவந்தார் சரீரத்தின் மீது பட வேண்டும். ஒளி தேய்ந்து இருள்)

காட்சி-2

காஞ்சி

(ஒளி வரும்போது முன் அரங்கத்தின் வலக்கோடி வழியே ராமாநுஜர் அரங்கத்துள் நுழைகிறார்.)

முன் அரங்கத்தின் இடக்கோடி வழியே திருக்கச்சி நம்பி நுழைகின்றார். திருக்கச்சி நம்பிக்கு நடு வயது. கரிய மேனி. திரை விலகும்போது கேட்கும் பாட்டு, பின்னணியில் சில நிமிஷங்கள் கேட்டுக்கொண்டே இருக்க வேண்டும்.

ராமாநுஜர் அவர் பாதங்களில் விழுந்து வணங்க முற்படுகின்றார். திருக்கச்சி நம்பி அவரைத் தடுக்கிறார்.

பாட்டு:

கல்லார் மதிள்சூழ் கச்சிநகருள் நச்சிப்பாடகத்துள்
எல்லாவுலகும் வணங்க இருந்த அம்மான் இலங்கையர்கோன்
வல்லாளகம் வில்லால் முனிந்த எந்தை வீபிடணற்கு
நல்லானுடைய நாமம் சொல்லில் நமோ நாராயணமே.

(காலை நேரம்)

திருக்கச்சி நம்பி: *(திடுக்கிட்ட குரலில்)* அந்தணர் வணக்கம் அடியேனுக்கா?

ராமாநுஜர்: ஆளவந்தார் சிஷ்யர் இப்படிப் பேசுவது தகுமா? அந்தணரும் வைஸ்யரும் வைணவருக்கில்லை . . .

திருக்கச்சி நம்பி: கரும பலன் கழிவது எப்படி?

ராமாநுஜர்: பக்தி நெல் பயிரிட்டால் கருமப்புல் தேயுமே, ஸ்வாமி!

(திருக்கச்சி நம்பி மௌனம் சாதிக்கிறார் . . . புன்னகை செய்கிறார். ராமாநுஜர் சொன்னதுபோல் இதுவரை நிகழவில்லை என்பதுபோல் புன்னகை)

ராமாநுஜர்: *(புன்னகை)* ஏனிந்தத் தயக்கம், நான் சொல்வதை ஏற்பதில்? காஞ்சிப் பூரணரின் அனுபவம் வேறோ?

திருக்கச்சி நம்பி: *(புன்னகை)* இந்தக் கச்சி நம்பி ஒன்று மட்டும் அறிவான், ஆளவந்தார் முயன்றும் சாதி அகலவில்லை. செட்டி மகன் எட்டித்தானே நிற்க வேண்டும்.

ராமாநுஜர்: *(உணர்ச்சியுடன்)* வைணவத் தலைமை என்னிடம் வந்ததில் இனி ஓர் அனுகூலம். சாதி ஆணவம் வைணவத்தில் இனி இருக்காது.

(திருக்கச்சி நம்பி பெருமிதத்துடன் ராமாநுஜர் தோள்களைப் பற்றுகிறார். ராமாநுஜர் அவரைத் தலைசாய்த்து வணங்குகிறார்.)

ராமாநுஜர்: ஐயா, விருப்பமொன்றுண்டு. குருநாதர் மறுக்கக் கூடாது.

திருக்கச்சி நம்பி: என்ன ?

ராமாநுஜர்: நாளைக் காலை உங்களுக்கு என் வீட்டில் அமுது. *(திருக்கச்சி நம்பி சற்றே ஆச்சரியப்படுவது போல் தெரிகிறது)*

திருக்கச்சி நம்பி: என்ன விசேஷம் ?

ராமாநுஜர்: *(புன்னகை)* நீங்கள் அமுதுண்ண வருவதுதான் விசேஷம்.

திருக்கச்சி நம்பி: *(தயக்கத்துடன்)* உங்கள் வீட்டில், அவர்கள் . . .

ராமாநுஜர்: என் வழிதான் அவள் வழியும். *(திருக்கச்சி நம்பி சில விநாடிகள் மௌனமாக நிற்கிறார். பிறகு புன்னகை செய்கிறார்.)*

ராமாநுஜர்: *(சில வினாடிகளுக்குப் பிறகு)*நாளை இயலாதென்றால்..? *(யோசிக்கிறார்)*

திருக்கச்சி நம்பி: நாளை வருகிறேன் . . .

(இருவரும் வணங்கிவிட்டு விடைபெறுகின்றனர். இருள் . . . சில விநாடிகளுக்குப் பிறகு ஒளி வரும்போது, பின் அரங்கத்தின் நடுவில் தஞ்சம்மா, ராமாநுஜர் மனைவி அரிவாள்மனையில்

காய்கறி நறுக்கிக்கொண்டிருக்கிறாள். தஞ்சம்மா நல்ல அழகான பெண்ணாக இருந்தாலும், முகத்தில் நிரந்தரமாகக் குடிகொண்டிருக்கும் கடுகடுப்பு அவ்வழகைச் சுட்டிக் காட்டவில்லை. பிறந்ததிலிருந்தே சிரிக்கத் தெரியாதவள்போல் தெரிகிறாள்.

ராமாநுஜர் முன் அரங்கத்தின் இடக்கோடியிலிருந்து விரைவாக உள்ளே நுழைகிறார். அவர் முகத்தில் சந்தோஷம். அதை மனைவியுடன் பகிர்ந்துகொள்ள வேண்டுமென்ற ஆவல் . . .)

ராமாநுஜர்: தஞ்சம்மா . . . தஞ்சம்மா . . .

(அவள் அவரை ஏறிட்டு நோக்குகிறாள். அவருடைய சந்தோஷத்தைப் பகிர்ந்துகொள்ள வேண்டுமென்ற ஆசை அவளுக்கிருப்பதாகத் தெரியவில்லை. ராமாநுஜர் அவள் எதிரே, ஓரத்தில் வைத்திருக்கும் பாயை விரித்துப் போட்டுக்கொண்டு உட்காருகிறார். தஞ்சம்மா தொடர்ந்து காய்கறி நறுக்குகிறாள்.)

ராமாநுஜர்: திருக்கச்சி நம்பி நாளை நம் இல்லத்துக்கு அமுதுண்ண வருகிறார்.

(தஞ்சம்மா சற்றுத் திடுக்கிட்டவள்போல் அவரை ஏறிட்டு நோக்குகிறாள்)

ராமாநுஜர்: ஏன், நல்ல செய்திதானே ?

(தஞ்சம்மா பதில் சொல்லவில்லை. தொடர்ந்து நறுக்குகிறாள்)

ராமாநுஜர்: ஏன் இந்த மௌனம் ?

தஞ்சம்மா: *(அவரைப் பார்க்காமல் கீழே குனிந்தவாறு)* நாளை புரட்டாசி சனிக்கிழமை.

ராமாநுஜர்: தெரியும்; காஞ்சிப் பூரணர் வருவது நம் பேறு.

(தஞ்சம்மா மறுபடியும் அவரை ஏறிட்டு நோக்கிவிட்டுக் கீழே குனிந்து தொடர்ந்து காய்கறி நறுக்குகிறாள். அவள் அலட்சியம், ராமாநுஜரை சிறிது எரிச்சலுறச் செய்கிறது).

ராமாநுஜர்: உன் மௌனம் எனக்குப் புரியவில்லை .

தஞ்சம்மா: *(ஏளனமாக)* நாளும் கிழமையுமாய் நல்லதோர் அதிதி !

ராமாநுஜர்: *(ஏளனம் என்று அறிந்தும் அதை அறியாதவர் போல் பாவனை)* நல்லதோர் வார்த்தை !

தஞ்சம்மா: *(கோபத்துடன்)* நீங்கள் ஸோமயாஜி குடும்பம், இந்நினைவகற்றாதீர்.

ராமாநுஜர்: காஞ்சிப் பூரணர் என் குரு. குருவும் பிதாவும் வெவ்வேறா ?

(தஞ்சம்மா புன்னகை செய்ய முயல்கிறாள். கடுமையான முகத்தில் அப்புன்னகை இயல்பாக இல்லை . . .)

ராமாநுஜர்: *(புன்னகை)* சிரிக்க மறந்திருந்தாய், சிரிக்கிறாய். வரவிருக்கும் விருந்தின் பலன் உன் முகத்தில்.

தஞ்சம்மா: *(கோபத்துடன்)* செட்டி மகன் என் மாமனார், இதுவும் ஒரு பலனா ?

(ராமாநுஜர் முகத்தில் சினம் வெளிப்படையாகத் தெரிகிறது. அடக்கிக்கொள்கிறார். எழுகிறார். மௌனமாகச் சிறிது நேரம் நடக்கிறார். தஞ்சம்மா இச்செய்தியை இப்படி எதிர்கொள்வாளென்று அவர் எதிர்பார்க்கவில்லை. கோபத்தைக் காட்டிலும் இப்பொழுது அவர் முகத்தில் வேதனை தெரிகிறது.)

ராமாநுஜர்: *('சடக்'கென்று தஞ்சம்மா பக்கம் திரும்பி உறுதியான குரலில்)* நாளை அவருக்கு நம்மகத்தில் விருந்து. வைணவன் வார்த்தை பிறழ மாட்டான்.

(அவர் முகத்தில் வேதனையுடன் முன் அரங்க இடக் கோடி வழியே வெளியேறுகிறார். தஞ்சம்மா சிலைபோல் நிற்கிறாள் . . . இருள் . . .)

காட்சி-3

(சில விநாடிகளுக்குப் பிறகு . . .

ஒளி வரும்போது முன் அரங்கத்து இடக்கோடி வழியே திருக்கச்சி நம்பி வருகிறார். அவர் பின் அரங்க மையத்தை ஒட்டி இருக்கும் திண்ணையை நோக்கிச் சிறிது நேரம் தயக்கத்துடன் நிற்கிறார். பிறகு அத்திசை நோக்கிச் செல்கிறார். காலை . . .)

திருக்கச்சி நம்பி: அடியேன் . . .

(பின் அரங்கத்தின் மத்தியிலிருக்கும் வாயிலுக்குச் சற்றுத் தள்ளி நிற்கிறார் நம்பி. சில விநாடிகள் மௌனம்.)

நம்பி *(சற்று உரக்க)*: அடியேன் . . .

(தஞ்சம்மா பின் அரங்க வாயில் வழியே வருகிறாள்.)

தஞ்சம்மா: *(உணர்ச்சியற்ற குரலில்)* அவரில்லை. நீங்கள் சாப்பிட்டுவிட்டுப் போகலாம்.

(நம்பி சற்று அதிர்ச்சியடைகிறார்.)

நம்பி: நான் பிறகு வருகிறேன்.

தஞ்சம்மா: அவரிட்ட ஆணை, நிறைவேற்றுவது என் கடமை.

(நம்பிக்கு என்ன செய்வதென்று புரியவில்லை. ராமாநுஜர், தாம் வீட்டிலில்லாவிட்டாலும், 'சோறிடு' என்று சொல்லியிருப்பாரா என்ற சந்தேகம். நம்பி பேசாமல் நிற்கிறார்.)

தஞ்சம்மா: திண்ணையில் உட்காருங்கள், சோறிடுகிறேன்.

(நம்பிக்கு இன்னோர் அதிர்ச்சி. சாப்பிடாமல் போனால், ராமாநுஜர் மனம் வேதனையடையக்கூடுமென்ற கவலை . . . அவர் குழப்பத்துடன் நிற்கிறார்.)

தஞ்சம்மா: உட்காருங்கள்

(அவள் அவர் பதிலுக்குக் காத்திராமல், உள்ளே போகிறாள் . . .

இருள் . . .

சில விநாடிகளுக்குப் பிறகு ஒளி வரும்போது தஞ்சம்மா திண்ணையைக் கழுவிவிடுவதுபோல் பாவனை.

அவள் அவ்வாறு கழுவும்போது, ராமாநுஜர் முன் அரங்கத்து இடக்கோடியிலிருந்து நுழைகிறார். அவர் பின் அரங்கம் நோக்கிச் செல்கிறார். அவர் வருவதை தஞ்சம்மா பார்த்தும் பார்க்காதது போல் கழுவும் பணியில் ஈடுபட்டிருக்கிறார். ராமாநுஜருக்கு ஒன்றும் புரியவில்லை.)

ராமாநுஜர்: என்ன செய்கிறாய்? இவ்வேளையில் கழுவிடக் காரணம்?

தஞ்சம்மா: *(அவரைப் பார்க்காமலேயே)*

அதிதி பூஜை ஆகிவிட்டது.

ராமானுஜர்: புரியவில்லை.

தஞ்சம்மா: அந்த வைஸ்யர் வந்தார். விருந்தோம்புதல் நடந்தது.

ராமானுஜர்: நான் வருவதற்குள்ளாகவா? அவர் இல்லம் நாடிச் சென்றேன், அவர் அங்கில்லை.

தஞ்சம்மா: அவருக்கு அவசர காரியமாம். உணவிட்டேன்; போய்விட்டார்.

(ராமானுஜர் திடீரென்று நினைவு வந்தவர்போல், அவள் கழுவிவிட்டிருப்பதைப் பார்க்கிறார். முகத்தில் சினம்.)

ராமானுஜர்: திண்ணையிலிட்டாய், உணவு, அப்படித்தானே? *(மௌனம்)*

ராமானுஜர்: வைஸ்யர் வந்தது களங்கம், கழுவி விடுகிறாய், அப்படித்தானே? *(மௌனம்)*

ராமானுஜர்: நான் அவரை அழைக்கப் போன செய்தியை அவரிடம் நீ சொல்லவில்லை, அப்படித்தானே? *(மௌனம்)*

(ராமானுஜர் மிகுந்த வேதனையுடன் அவளைப் பார்க்கிறார். அவள் கற்சிலை போல், முகத்தில் சலனமின்றி நிற்கிறாள்.)

ராமானுஜர்: அனிச்ச மலரைக் கசக்குவதா ஆசாரம்?

(அவள் எதற்கும் பதில் சொல்லாமல் நிற்பதைப் பார்த்ததும், ஏமாற்றத்தை முகத்தில் தேக்கி வெளியேறுகிறார்)

இந்திரா பார்த்தசாரதி

காட்சி-4

(சில விநாடிகளுக்குப் பிறகு ஒளி வரும்போது, ராமாநுஜர் திண்ணையில் உட்கார்ந்திருக்கிறார். அவர் யாருடைய வரவுக்காகவோ காத்திருப்பதுபோல் தெரிகிறது. அப்பொழுது முன் அரங்கத்தின் இடக்கோடியிலிருந்து ஒருவர், நடுவயதினர், நுழைகின்றார். அவர் ஏழைபோல் தெரிகிறது. அவர் ராமாநுஜரை நோக்கிச் செல்கின்றார். ராமாநுஜர் முகத்தில் புன்னகையுடன் திண்ணையை விட்டு இறங்குகின்றார் (காலை . . .)

ராமாநுஜர்: உங்களுக்காகத்தான் காத்திருந்தேன்.

வந்தவர்: நேரமாகிவிட்டது. மன்னிக்கவும்.

ராமாநுஜர்: ஏன் முகத்தில் வாட்டம்?

(வந்தவர் சொல்லத் தயங்குகின்றார் . . . வியர்வையைத் துண்டினால் துடைத்துக்கொள்கிறார்)

ராமாநுஜர்: சொல்ல விருப்பம் இல்லாவிட்டால் . . .

வந்தவர்: ப . . . சி . . . க் . . . கி . . . ற . . . து . . .

ராமாநுஜர்: இதற்கா இவ்வளவு தயக்கம்? பசிக்கப்

புசி . . . இது உணவு நெறி. புசித்த பின்தான் பணி. இது வாழ்க்கை நெறி. முதலில் உங்களுக்கு உணவு. *(உள்ளே பார்த்துக் கூப்பிடுகிறார்)*

தஞ்சம்மா . . .

(சில விநாடிகளுக்குப் பிறகு தஞ்சம்மா வருகிறாள். அவள் வந்தவரை ஏறிட்டு நோக்குகிறாள் . . .)

ராமாநுஜர்: இவருக்குப் பசிக்கிறது . . .

தஞ்சம்மா: இவர் உங்களுக்கு இன்று எண்ணெய் தேய்த்து விடவில்லையா?

ராமாநுஜர்: இவருக்கு முதலில் வேண்டுவது வயிற்றுக்கு உணவு.

தஞ்சம்மா: சாப்பிட ஒன்றுமில்லை. இனிமேல்தான் தளிகை.

(ராமாநுஜர் அவளை நம்பவில்லை . அவளை ஒரு கணம் உற்றுப் பார்த்துவிட்டு உள்ளே போகிறார். தஞ்சம்மாவும் தொடர்கிறாள். வந்தவர் சில விநாடிகள் நின்றுவிட்டுப் போய்விடுகிறார். ராமாநுஜர் ஒரு பாத்திரத்தில் அன்னம் எடுத்து வருகிறார். வந்தவர் போய்விட்டாரென்பது அவரைத் துயரத்திலாழ்த்துகிறது. தஞ்சம்மா வெளியே வருகிறாள்)

ராமாநுஜர்: *(கோபத்துடன்)* உனக்கு மகிழ்ச்சிதானே, வந்தவர் போய்விட்டார்.

தஞ்சம்மா: முதல் அன்னம் பெருமாளுக்கா, கண்ட வர்க்கா?

ராமாநுஜர்: முதல் அன்னம் பசித்தவர்க்கு. இதுதான் இறைவனின் ஆசை. வந்த ஏழையை வயிற்றில் அடித்தால் பேரருளாளன் உன்னை மன்னிக்க மாட்டான்.

தஞ்சம்மா: நான் எது செய்தாலும் குறையா?

ராமாநுஜர்: அன்னம் இருக்கும்போது இல்லை என்றாய். இது பொய். மானம் உள்ளவர் தானம் மறுத்துப் போய்விட்டார். *(தஞ்சம்மா சிறிது நேரம் பேசாமல் நிற்கிறாள். பிறகு உள்ளே போகிறாள். ராமாநுஜர் சோர்ந்து திண்ணையில் உட்கார்ந்திருக்கிறார்.)*

ராமாநுஜர்: இறைவா . . . எனக்குப் பொறுமையைத் தா

(ஒளி தேய்கிறது. இருள் . . .)

காட்சி-5

(சில விநாடிகளுக்குப் பிறகு ஒளி வரும்போது, முன் அரங்கத்தின் இடக்கோடியிலிருந்து பெரிய நம்பியும் ராமாநுஜரும் பேசிக்கொண்டே உள்ளே நுழைகின்றனர். காலை . . .)

பெரிய நம்பி: கச்சி வந்தேன், உங்களை திருவரங்கம் அழைத்துப் போக. வரதனின் வசீகரம் இன்னும் நம்மைப் போகவிடவில்லை.

ராமாநுஜர்: பாக்கியம் எனக்கு எவ்வளவு கற்றேன் உங்களிடம்?

பெரிய நம்பி: *(புன்னகையுடன்)* கண்ணன் சாந்திபீ

முனிவரிடம் கற்றதுபோல்!

ராமாநுஜர்: 'அகங்காரம்' விஷ விருட்சம். 'பாராட்டு' அதன் விதை. அடியேனும் கண்ணனும் ஒன்றா? எனக்கு நோற்ற நோன்புமில்லை. நுண்ணறிவுமில்லை. பொருளல்லா என்னைப் பொருளாக்கியது நீங்களும் ஆளவந்தாரும்.

பெரிய நம்பி: ஆளவந்தார் அரியணை ஏறி ஆளப்போவது நீங்கள்; எப்பொழுது திருவரங்கம் போகலாம்?

ராமாநுஜர்: கச்சிப் பெரியவன் கட்டளைக்குப் பிறகு

பெரிய நம்பி: *(புன்னகை)* அருள்கிட்டும் விரைவில்.

(அவர் விடை பெற்றுக்கொண்டு செல்கிறார். இருள் . . . ஒளி வரும்போது நடு அரங்கத்தின் மையத்தில் தஞ்சம்மாவும், பெரிய நம்பியின் மனைவியும். பெரிய நம்பியின் மனைவிக்கு முப்பது வயதிருக்கக்கூடும். எளிய உடை, தன்னுடைய உரிமைகள் யாவை என்று தெளிவாக அறிந்தவள்போல் தோன்றுகிறாள். மையத்தில், கிணறு இருப்பது போல் தோற்றம். தஞ்சம்மா 'குடத்தில்' 'நீர்' இழுக்கிறாள். அவளருகில் நம்பியின் மனைவி 'தண்ணீர்' இழுக்கக் காத்துக்கொண்டிருக்கிறாள். தஞ்சம்மாவின் 'குடம்' நம்பி மனைவியின் 'குடத்தி'ன் மேல் பட்டுவிடுகிறது. தஞ்சம்மா அவளைச் சுட்டெரிப்பவள்போல் பார்க்கிறாள் . . .)

தஞ்சம்மா: *(எரிச்சலுடன்)* தீட்டாகிவிட்டது.

ந. மனைவி: *(அதிர்ச்சியுடன்)* தீட்டா?

தஞ்சம்மா: ஆமாம் . . . தீட்டு. அசூரி குடும்பம் ஆசாரத்துக்குப் பேர் போனது.

ந. மனைவி: என்னம்மா சொல்லுகிறாய்?

தஞ்சம்மா: வடக்குக்குக் கீழே தெற்கு. காஞ்சிக்குக் கீழே திருவரங்கம். புரியவில்லையா?

ந. மனைவி: யோசித்துப் பேசம்மா.

தஞ்சம்மா: யோசித்துப் பேசும் பழக்கம் எனக்கில்லை, நான் முட்டாள், போதுமா?

ந. மனைவி: நான் உன்னை முட்டாள் என்றா சொன்னேன்? எங்களை உங்கள் வீட்டில் இருத்தியவர் உங்கள் கணவர். அவர் எப்பேர்ப்பட்ட மஹான்!

தஞ்சம்மா: இப்படிப் பலபேர் சொல்லி அவரைக் கெடுத்திருப்பது போதும். அசூரி குடும்பத்துக்கு அவப்பெயர் அவரால். ஜாதியைக் காப்பது இனி என் பொறுப்பு.

(நம்பியின் மனைவி அவளைச் சிறிது நேரம் உற்றுப் பார்த்துவிட்டுப் போய்விடுகிறாள். தஞ்சம்மா சிலைபோல் உறைந்து நிற்கிறாள். இவர்கள் இப்படி வழக்காடும்போது ராமாநுஜர் முன் அரங்கத்தின் இடக்கோடி வழியே உள்ளே நுழைந்தவர். அவர்கள் பேசுவதைக் கவனிக்கிறார். முகத்தில் வேதனை. அவர், நம்பியின் மனைவி சென்றதும், தஞ்சம்மாவை நோக்கிச் செல்கிறார். தஞ்சம்மா அவரைச் சற்றுத் திடுக்கிட்டு நோக்குகிறாள். அவர்கள் வழக்காடியதைக் கேட்டிருப்பாரோ என்ற சந்தேகம்.

ராமாநுஜர் அவளருகில் போய் நிற்கிறார். அவளைப் பார்க்கவில்லை. அவர் நிற்கும் விதம், பார்க்கும் பார்வை எல்லாம் அவருக்கு எல்லாம் தெரியுமென்பதைக் காட்டிக் கொடுத்து விடுகின்றன.)

தஞ்சம்மா: *(பாதுகாப்பாக)* அவள்தான் . . .

ராமாநுஜர்: *(நிதானமாக)* நான் ஒன்றும் உன்னைக் கேட்கவில்லை.

தஞ்சம்மா: தீட்டு பார்ப்பது தப்பா ?

ராமாநுஜர்: எதுவும் தப்பில்லை. நம் தாம்பத்தியந்தான் தப்பு.

தஞ்சம்மா: நான் என்ன தவறு செய்தேன் ?

ராமாநுஜர்: என்ன செய்யவில்லை ? கச்சி நம்பியை எச்சிலென்று ஒதுக்கினாய், களங்கம் உன் மனத்திலா, அவர் ஜாதியிலா ? பட்டினி என்று வந்தவருக்குச் சோறிட

மறுத்தாய் . . . அகங்காரமா ஆசாரமா? உத்தமர் பெரிய நம்பியின் இல்லத்தரசியை இன்று உதாசீனம் செய்தாய். நீ என்ன தவறு செய்யவில்லை?

(மௌனம் சில விநாடிகள்)

இல்லை, தவறு என்னுடையது . . . மணப் பொருத்தத்துக்கு மனப் பொருத்தம் வேண்டும். அவ்வாறில்லாவிட்டால் . . .

(சிறிது நேரம் மௌனம்)

ராமாநுஜர்: *('சடக்'கென்று அவள் பக்கம் திரும்பி)* கணவன்—மனைவி வேஷம் எதற்கு?

(தஞ்சம்மா அவரை அதிர்ச்சியுடன் பார்க்கிறாள். அவர் சற்று நேரம் உலவுகிறார்)

ராமாநுஜர்: நம்மிருவர் பாதையும் வெவ்வேறு. சந்திக்க வாய்ப்பில்லை. பிரிந்த வாழ்வுதான் விவேகம். இல்லறம் துறந்தேன். இனி நான் ஒரு சமுதாய மனிதன்.

தஞ்சம்மா: *(திடுக்கிட்டு)* என்ன இது! நான் தப்பு . . .

(அவர் கால்களில் விழுகின்றாள்)

ராமாநுஜர்: *(இடைமறித்து அவளை எடுத்து நிறுத்தி)* இல்லை . . . என் வழியில் என்னை விடு. என் எல்லாப் பொருள்களும் இனி உன்னுடையவை . . . எனக்கென்று எதுவும் இனி இல்லை. உன் பாதையில் நீ போ. நான் குறுக்கிட மாட்டேன். இதுவே நம்மிருவருக்கும் நல்லது.

(அவர் விரைவாக முன் அரங்கத்தின் இடக்கோடி வழியே சென்றுவிடுகின்றார். தஞ்சம்மா எப்பொழுதும் போல் உறைந்த நிலையில் ஆடாமல் அசையாமல் நிற்கின்றாள். இருள் . . .)

காட்சி-6

(சில விநாடிகளுக்குப் பிறகு ஒளி வரும்போது ராமாநுஜர் நடு அரங்கத்தின் மையத்தில் மண்டியிட்டு, விண்ணை நோக்கி இரு உள்ளங்கைகளையும் விரித்து இறைஞ்சுவது தெரிகிறது. அவர் மீது வெளிச்சம். மற்றைய பகுதிகளில் இருட்டு . . .)

ராமாநுஜர்: இறைவா! என் குறிக்கோள் சமுதாயப் பணி. இல்லறத்தில் இது இயலாது. இசைந்த இல்லாள் இருப்பின் இது இயலும். நான் காணும் வைணவம், அன்று நீ அளந்தது போல் அகிலத்தை எல்லையாகக் கொள்ளும். அனைவருக்கும் சமநீதி என் வைணவத்தின் உயிர்நாடி. இவ்வைணவம் நிறுவ எனக்குக் கொள்கைத் துணிவும் மன வலிமையும் வேண்டும். என் துறவிலே மனித உறவைக் காண்பேன் . . . இது உறுதி.

(அவர் கண்களை மூடிக்கொள்கிறார் . . . இருள் . . .)

காட்சி-7

(அரங்கத்தில் மிகவும் மங்கலான ஒளி. இரு உருவங்கள், ஆணும் பெண்ணும் அரங்கத்தைச் சுற்றி மிக மெதுவாக நடந்து வருகின்றனர்.

இரவு வேளை. ஆந்தையின் அலறலும் நரியின் ஊளையும் அவர்கள் காட்டுப் பகுதி வழியாக நடந்து வருகின்றனர் என்பதைக் காட்டுகிறது.

பெண்ணின் கையில் ஒரு சிறு துணி மூட்டை. கணவன் மனைவி என்று தெரிகின்றது. அவர்கள் அரங்கத்தை மூன்று சுற்று

சுற்றியதும், முன் அரங்க இடப்பகுதியிலிருந்து ஒருவர் பசித்த தோற்றத்துடன் எலும்புக் கூடாகத் தள்ளாடிக்கொண்டு வருகிறார்.

அவர் நுழையும்போது, கணவனும், மனைவியும் பின்னரங்க வலக்கோடியிலிருக்கின்றனர். அவர் இடக் கையைக் குடையாகக் கவித்துப் பார்க்கிறார்.

அவர்கள் அரங்கத்தைச் சுற்றி அவரருகே வருகிறார்கள்.

அவர்கள் அவரை ஏறிட்டு நோக்குகிறார்கள்)

அவர்: ஸ்வாமி, மிகத் தொலைவிலிருந்து வருகிறேன், கூரம் செல்ல வேண்டும், வழி தவறிவிட்டது போலிருக்கிறது. தயவுசெய்து . . .

கணவர்: எதற்காகக் கூரம் போக வேண்டும்?

(இடைமறித்து)

அவர்: கூரேசர் வீடு இரவும் பகலும் விருந்தினருக்காகத் திறந்திருக்கும் என்று சொன்னார்கள். எனக்குப் பசி காதை அடைக்கிறது . . .

(கணவன்–மனைவியைப் பார்க்கிறார். அவள் கையிலிருக்கும் துணி மூட்டையிலிருந்து ஒரு தங்கக் கிண்ணத்தை மட்டும் எடுத்துக் கொண்டு மூட்டையைக் கணவரிடம் தருகிறாள். கணவரோ அவள் கிண்ணத்தை எடுத்து வைத்துக்கொண்டதைக் கவனிக்கவில்லை. அவர் மற்றவரிடம் பேசிக்கொண்டிருக்கிறார்.)

கணவன்: கூரேசனைத் தேடி நீங்கள் போக வேண்டிய தில்லை; கூரேசன் உங்களைத் தேடி வந்திருக்கிறான்.

(கூரேசர் மனைவியிடமிருந்து வாங்கிய மூட்டையை

அவரிடம் கொடுக்கிறார். முகத்தில் புன்னகை. யாசகர் திடுக்கிட்டு, தன்னிச்சையாக வாங்கிக்கொண்ட மூட்டையை ஏற்றுக் கொள்வதா, கூடாதா என்ற குழப்ப நிலையில் நிற்கிறார்)

யாசகர்: எனக்கு ஒன்றும் புரியவில்லை.

நீ...ங்...க...ள் கூரேசரா? என்ன இது இப்படிக் காட்டுப் பாதையில்..?

கூரேசர்: *(புன்னகையுடன்)* இது காட்டுப்

பாதையில்லை . . . சொர்க்கப் பாதை. ராமானுஜரிடம் எங்களை அழைத்துச் செல்லும் அருட்பாதை...வீடு, வாசல் எல்லாவற்றையும் துறந்து இந்நிலையிலும், உங்களுக்கு உணவு தரும் பேற்றை எங்களுக்குக் கிடைக்கச் செய்திருக்கும் தர்மப் பாதை . . .

யாசகர்: கூரேசரே, உங்கள் கட்டுச் சோற்றை எனக்குத் தந்துவிட்டீர்கள். ஸ்வாமி, மன்னிக்கவும் . . . எனக்கு இது . . .!

(அவர் அம்மூட்டையைக் கூரேசரிடம் திரும்பத் தர முயல்கிறார் . . . கூரேசர் வாங்கிக்கொள்ள மறுக்கிறார் . . .)

யாசகர்: நீங்கள் பட்டினிக் கிடக்க, நான் அமுதுண்ண வேண்டுமா?

கூரேசர்: பசி மேய்ந்த உடல் உங்களுடையது. கண்ணுக்குத் தெரிவது எலும்புக் கூடு. இவ்வுணவு உங்களுக்குத் தான் தேவை. பசியாறுங்கள். வருகிறோம்.

(அவர், மனைவி ஆண்டாள் அம்மாவுடன் திரும்ப நடக்கத் தொடங்குகிறார்)

இருள் . . .

சில விநாடிகளுக்குப் பிறகு மங்கலான ஒளி வரும்போது, அவர்கள் நடந்துகொண்டிருக்கிறார்கள். ஆண்டாள் அம்மா மறைத்து வைத்திருக்கும் தங்கக் கிண்ணத்தை எடுத்துப் பார்க்கிறாள். நரி ஊளையிடும் ஒலி. திடுக்கிட்டு மறைத்து வைத்துக்கொள்கிறாள். கூரேசர், ஆண்டாள் தயங்கித் தயங்கி வருவதைக் கவனிக்கிறார்)

கூரேசர்: ஏனிந்தத் தயக்கம்? பயமா? *(புன்னகை)*

ஆண்டாள்: ஆ . . . மா . . .ம் . . .

கூரேசர்: மடியில் கனமிருந்தால் தானே பயம்?

ஆண்டாள்: இருக்கிறது.

கூரேசர்: *(திடுக்கிட்டுத் திரும்பி)* இருக்கிறதா?

(ஆண்டாள் தங்கக் கிண்ணத்தை அவரிடம் காண்பிக்கிறாள்)

கூரேசர்: தங்கக் கிண்ணமா? இது எதற்கு?

ஆண்டாள்: உங்களுக்கு . . . நீரருந்த.

கூரேசர்: இதையும் அந்த ஏழை யாசகரிடம் கொடுத்திருக்கலாமே.

(அவர் அவளிடமிருந்து அக்கிண்ணத்தை வாங்கி வீசி எறிகிறார்)

கூரேசர்: *(புன்னகையுடன்)* இனிப் பயமில்லை, வா!

(அவர் வேகமாக நடக்கிறார். ஆண்டாள் பின்தொடர்கிறாள்.

இருள் . . .

சில விநாடிகளுக்குப் பிறகு ஒளி வரும்போது அரங்கத்தின் நடு மத்தியில், ஆசனத்தில் காவி உடையில் ராமானுஜர். அவரருகே, அவர் சகோதரியின் மகன் முதலியாண்டான். காலை நேரம் . . .)

ராமானுஜர்: கூரேசரும் அவர் மனைவி ஆண்டாள் அம்மாவும் நம் மடத்தில் சேர வந்துகொண்டிருக்கிறார்கள். அவர்கள் தங்க ஏற்பாடு செய்.

(அப்பொழுது முன் அரங்கத்தின் இடக்கோடி வழியாக கூரேசரும், ஆண்டாள் அம்மாவும் உள்ளே நுழைகிறார்கள். ராமானுஜர் எழுந்து சென்று முக மலர்ச்சியுடன் கூரேசரைத் தழுவிக்கொள்கிறார்.)

ராமானுஜர்: திரிதண்டம் வந்துவிட்டது. பவித்திரத்துக்காகக் காத்திருந்தேன், வந்துவிட்டீர்கள்.

(புன்னகையுடன்)

கூரேசர்: என்ன சொல்லுகிறீர்கள்?

ராமானுஜர்: இவன், என் சகோதரியின் மகன், முதலியாண்டான், என் திரிதண்டம். நீங்கள் என் பவித்திரம். வைணவ சமுதாய மாளிகையின் நிலைத் தூண்கள் நீங்களிருவரும். *(ஆண்டாளைப் பார்த்து)* உங்கள் நுண்ணிய அறிவும் நம் வைணவத்துக்குத் தேவை. ஆணும் பெண்ணும் நம் சமுதாயத்தில் சரி நிகர் சமானம்.

(ஆண்டாள் சிறிது கூச்சம் கொள்வதுபோல் தெரிகிறது.)

கூரேசர்: *(ஆச்சரியத்துடன்)* எங்கள் வரவை நீங்கள் எதிர்பார்த்தீர்களா?

ராமானுஜர்: ஒத்த உணர்வு. நட்புரிமை தந்து வழித்தடம் அமைக்கும் என்று நினைப்பது, எதிர்பார்ப்பா?

(கூரேசர் ஆண்டாளைப் பார்த்துப் புன்னகை செய்கிறார். ராமாநுஜர் அவர்களை எதிர்பார்த்துக்கொண்டிருக்கலாமென்று அவர்கள் ஏற்கனவே பேசியிருக்கக்கூடும் என்பதைத் தெரிவிக்கும் புன்னகை.)

ராமாநுஜர்: அடுத்து, நான் என் குருநாதர் யாதவப் பிரகாசரை எதிர்பார்க்கின்றேன். அவரும் வந்து, காஞ்சிப் பேரருளாளன் அனுமதியுடன் நாம் அனைவரும் திருவரங்கம் போகலாம்.

முதலியாண்டான்: *(திடுக்கிட்டு)* யாதவப் பிரகாசரா? அவர் உங்களுக்கு இழைத்திருக்கும் இன்னல்களை . . .

ராமாநுஜர்: *(இடைமறித்து)* இன்னல் ஏதுமில்லை. கொள்கை முரண்பாட்டில், முதல் பலி விவேகம். அவர், தனிப்பட்ட காழ்ப்புணர்வுடன் ஏதும் செய்யவில்லை. அவர் இப்பொழுது மனம் குழம்பியிருக்கிறார் என்று தெரிகிறது. சரி, நீ போய் இவர்களிருவரும் இங்கு தங்க ஏற்பாடு செய் . . .

வாருங்கள் . . . கூரேசரே . . .

(அழைத்துச் செல்கிறார்)

(இருள் . . .)

சில விநாடிகளுக்கு பிறகு ஒளி வரும்போது, அரங்கத்தின் நடு மையத்தில் யாதவப் பிரகாசர் நிற்கிறார். வயது அறுபதுகளில் இருக்கக்கூடும். வேதனை தோய்ந்த முகம். ஒளி வட்டம் அவரை மட்டும் காட்டுகிறது. மற்றைய அரங்கப் பகுதிகளில் இருட்டு. அவர் சிறிது நேரம் அங்குமிங்கும் உலவுகிறார். நிலை கொள்ளாமல் தவிக்கிறார்.)

பிரகாசர்: எத்தனை இன்னல் இழைத்தேன் ராமா நுஜருக்கு! என்னை அவர் இனிய முகத்துடன் ஏற்பாரா? *(மௌனம்... உலவுகிறார்.)* என் கொள்கை எனக்கு மனச் சாந்தி தரவில்லை; கொள்கையில் தவறா? நான் பொருள் கொண்டதில் தவறா?

(மௌனம் ... உலவுகிறார்)

நிலை கொள்ளாமல் தவிக்கும் எனக்கு நிலையான பற்றுக் கோடு எது? 'பற்றுக் கோடு' எது?

'பற்றுக்கோடு' யார்?

இதில் எது சரி? எப்படிக் கேட்க வேண்டும்?

(மௌனம் ... உலவுகிறார்)

ராமாநுஜர் சொல்கிறபடி 'பற்றுக்கோடு' யார்? என்றுதான் கேட்க வேண்டும்.

உருவம் இருந்தால்தான் உணர்வது எளிது. பற்றுவது சுலபம்.

(மௌனம் ... உலவுகிறார்)

'நிர்க்குண பிரும்ஹம்'

அறிகிறேன், உணர முடியவில்லை; உணர்த்தவும் இயலாது.

குணங்கள் இருந்தால்தான் அவற்றை ரசிப்பவனால், 'இச்சுவை தவிர இந்திரலோகமாளும் அச்சுவை பெறினும் வேண்டேன்' என்று சொல்ல முடியும்.

(மௌனம் ... உலவுகிறார்)

பிரும்ஹம். புவனசுந்தரன் என்றால்தான், பிரபஞ்சமே அழகாய்த் தோன்றும் என்று என் சிஷ்யராயிருந்தபோதே ராமாநுஜர் எனக்கு உணர்த்திய அரிச்சுவடிப் பாடம் இது. இதைப் புரிந்துகொள்ள மறுத்து அவருக்கு நான் இழைத்த கொடுமைகள் எத்தனை?

அவர் என்னை ஏற்பாரா?

(மௌனம் . . . உலவுகிறார்)

(ஒளி தேய்ந்து இருள். சில விநாடிகளுக்குப் பிறகு ஒளி வரும்போது, அரங்கத்தின் நடு மையத்தில் யாதவப் பிரகாசர் உட்கார்ந்திருக்கிறார். உட்கார்ந்தபடியே தூங்கிக்கொண்டிருக்கிறார். சில விநாடிகள் அமைதி.

திடீரென்று எழுந்திருக்கிறார். கண்களைக் கசக்குகிறார். உட்கார்ந்தவாறு தூங்கிவிட்டதை உணர்கிறார். கண்ணைக் கசக்கிக் கொண்டே சுற்றுமுற்றும் பார்க்கிறார்.

அப்பொழுது முன் அரங்கத்தின் இடக்கோடியிலிருந்து ராமாநுஜர் நுழைகிறார்.

அவர் வருவதைப் பார்த்ததும், யாதவப் பிரகாசர் திடுக்கிட்டு எழுந்திருக்கிறார்.

ராமாநுஜர் அவரருகே வந்து அவரை வணங்குகிறார்)

யாதவப் பிரகாசர்: *(திடுக்கிட்ட குரலில்)* என்ன இது? நான் உனக்கு . . . உங்களுக்குச் செய்திருக்கும் . . .

ராமாநுஜர்: *(இடைமறித்துப் புன்னகையுடன்)* உங்கள் வீடு எப்பொழுதும் எனக்காகத் திறந்திருக்கும் என்று எனக்குத்

தெரியும் ... உங்களை அழைத்துப் போக உங்கள் அனுமதி யில்லாமல் உங்கள் வீட்டில் நுழைந்திருக்கிறேன்.

யாதவப் பிரகாசர்: *(குற்ற உணர்வுடன்)* ராமானுஜரே, என்னை மன்னித்துவிடுங்கள் ...

ராமானுஜர்: சிஷ்யன் குருவை மன்னிப்பதா? என்ன அபசாரம் ... இதைப் பற்றி இனி வார்த்தை விரயம் வேண்டாம். போகலாம் வாருங்கள். அத்வைதத்தின் எல்லை நிலம் நீங்கள்; நான் சொல்வதும் 'சரி' என்று நீங்கள் ஏற்றால், இதை விட எனக்கு வேறு எதற்குப் பாராட்டு?

(யாதவப் பிரகாசர் அவரை அணைத்துக்கொள்கிறார்.

இருள் ...)

(சில விநாடிகளுக்குப் பிறகு ஒளி வரும்போது, திருக்கச்சி நம்பி கண்களை மூடிய நிலையில் பார்வையாளர்களை நோக்கி, இறைவனைச் சேவித்துக்கொண்டு நிற்கிறார்.

அப்பொழுது, பின் அரங்க வலக்கோடியிலிருந்து ஒருவர் வருகிறார். நாற்பத்தைந்து வயதிருக்கலாம். அவர் வருவதை அறிந்த திருக்கச்சிநம்பி திரும்பிப் பார்க்கிறார். முகத்தில் மகிழ்ச்சி.

வந்தவர் வைணவர். காலை நேரம்)

திருக்கச்சி நம்பி: *(மகிழ்ச்சியுடன்)* ஸ்வாமி, நீங்கள் திருவாங்கப் பெருமாள் அரையர் ...?

அரையர்: ஆமாம் ... அடியேன்.

திருக்கச்சி நம்பி: உங்களை ஆளவந்தாருடன் பார்த்த பாக்யம் எனக்கு உண்டு. உங்கள் குரலின் இனிமையைப் பற்றியும் கேள்விப்பட்டிருக்கிறேன்.

(அப்பொழுது ராமாநுஜர், முதலியாண்டான், கூரேசர், யாதவப் பிரகாசர், சிஷ்யர்கள் பின் அரங்க வலக்கோடியினின்றும் வருகின்றனர். ராமாநுஜர் அரையரைப் பார்க்கின்றார்)

திருக்கச்சி நம்பி: திருவரங்கப் பெருமாள் அரையர். திருவரங்கத்திலிருந்து எழுந்தருளியுள்ளார்.

(ராமாநுஜர் அவரை வணங்குகின்றார்)

ராமாநுஜர்: *(மகிழ்ச்சியுடன்)* உங்கள் இசையும், நடனமும் ஜெகப் பிரஸித்தம். ஸ்வாமி, திருவரங்கன் பெறும் இன்பம், காஞ்சி வரதன் பெறக் கூடாதா, ஸ்வாமி.

அரையர்: வரதன், கேட்கும் வரம் தருவான் என்ற நம்பிக்கையுடன்தான் வந்திருக்கிறேன்.

ராமாநுஜர்: என்ன வரம், ஸ்வாமி.

(பதில் கூறாமல், அரையர் ஆடிக்கொண்டே பாடுகிறார்.)

முழுதும் வெண்ணெயளைந்து தொட்டுண்ணும்
முகிழிளஞ் சிறு தாமரைக் கையும்
எழில் கொள் தாம்பு கொண்டடிப்பதற்கு எள்கு
நிலையும் வெண்தயிர் தோய்ந்த செவ்வாயும்
அழுகையும் அஞ்சி நோக்கும் அந்நோக்கும்
அணிகொள் செஞ்சிறு வாய் நெளிப்பதுவும்
தொழுகையும் இவை கண்ட அசோதை
தொல்லை யின்பத்திறுதி கண்டாளே

(குலசேகரர் கண்ட காட்சியை அவர் மிக இனிமையான குரலில் பாடி, ஆனந்தப் பரவசத்தில் ஆடி, அனைவரையும் மெய் மறந்து நிற்கும்படிச் செய்கிறார். அவர் பாடி ஆடும்போது, மெதுவாக ஒலிக்கத் தொடங்கும் கோயில் மணி, இசையும் ஆட்டமும் முடிந்ததும் உரத்த ஒலியுடன் முழங்குகின்றது.)

சங்கு முழக்கம்

திடீரென்று அமைதி . . . விண்ணதிரும் குரல் ஒலிக்கின்றது.)

குரல்: அரையரே, மகிழ்ந்தோம். குலசேகரன் கண்ட ஓவியம் . . . வரதன் வாக்குத் தவறான், என்ன வேண்டும்?

அரையர்: ராமாநுஜர்.

(அனைவரும் திடுக்கிடுகின்றனர். ராமாநுஜர் முகத்தில் புன்னகை)

குரல்: இசைக்கு ஈடான பரிசு! யாம் பெற்ற இன்பம் திருவரங்கனும் பெறட்டும். ராமாநுஜனைத் திருவரங்கத்துக்கு அழைத்துச் செல்லுங்கள்.

(கோயில் மணி . . . இருள் . . .)

அங்கம்-2

காட்சி-1

(ஒளி வரும்போது, நடுவயதைத் தாண்டிய ராமாநுஜர் ஆசனத்தில் பின் அரங்கத்தின் நடுவில் உட்கார்ந்திருக்கிறார். இரு வரிசைகளில் கூரேசர், முதலியாண்டான், கிடம்பி ஆச்சான், பெரியநம்பி,

மாறனேர் நம்பி, கோவிந்தப் பெருமாள் ஆகியோருடன் இன்னும் பிற சிஷ்யர்களும் உட்கார்ந்திருக்கிறார்கள். ராமாநுஜர் பேசிக்கொண்டிருக்கிறார் . . .)

ராமாநுஜர்: கோயிலைச் சுற்றிய கலாச்சாரம், வைணவ மதத்தின் ஆசாரம். சமூகநீதி இதன் அடிநாதம். கோயில் நிர்வாகம் நம் கையில் வந்தால்தான், நாம் காணும் வைணவ சமுதாயம் உருவாகும்.

கூரேசர்: வந்துகொண்டிருக்கிறது.

ராமாநுஜர்: (புரியாமல்) என்ன சொல்லுகிறீர்கள்?

கூரேசர்: கோயில் நிர்வாகம்.

(அப்பொழுது முன் அரங்க இடக்கோடியில் ஒரு வைணவர் வந்து நிற்கிறார். ராமாநுஜர் அவரைப் பார்க்கிறார் . . .)

ராமாநுஜர்: *(மகிழ்ச்சியுடன் எழுந்துகொண்டே)* வாருங்கள், திருவரங்கத்தமுதனாரே, கூரேசர் சொன்னது இப்பொழுது தான் புரிகிறது.

(ராமாநுஜர் அமுதனாரைக் கட்டித் தழுவி அழைத்து வருகிறார். அமுதனார் ராமாநுஜரிடம் ஒரு சாவிக் கொத்தைத் தருகிறார்)

அமுதனார்: நேற்றே கூரேசரிடம் இதைக் கொடுத்தேன். அவர் இன்று இங்கு வந்து உங்களிடம் கொடுக்கச் சொன்னார்.

(ராமாநுஜர் ஒன்றும் புரியாமல் கூரேசரைப் பார்க்கிறார்)

கூரேசர்: நேற்று இவர் திருத்தாயார் சிரார்த்தத்துக்குப் போயிருந்தேன்.

அமுதனார்: நான் எதைக் கொடுத்தாலும் அவர் 'திருப்தி' என்று சொல்லவில்லை. 'என்னதான் வேண்டும்?' என்று கேட்டேன். 'கோயில் நிர்வாகம்' என்றார். பிறகுதான் தெரிந்தது. உங்களுடைய விருப்பமும் இதுதானென்று.

கூரேசர்: கோயிலை நடு மையமாகக் கொள்ளப் போவது நம் புதிய சமுதாயம். இதை நிர்வகிக்க ராமானுஜரால்தான் முடியும்.

அமுதனார்: எனக்குப் புரிந்தது. இதுவரை, பேருக்குத்தான் நிர்வாகம் என்னிடத்தில். சுய நலமிகளைக் கட்டுப்படுத்தும் சக்தி எனக்கில்லை. திருப்தி இப்பொழுது எனக்குத் தான். ராமானுஜரே, இனித் துணிந்து செய்யலாம் சீர்த்திருத்தங்கள்.

(ராமானுஜர் சாவிக் கொத்தைக் கண்களில் ஒற்றிக்கொண்டு ஆசனத்தில் உட்காருகிறார்)

ராமானுஜர்: எதிர்ப்புகள் பல வரக்கூடும்.

எதிர் நீச்சல் போடத் தெரிய வேண்டும். ஆள வந்தார் அருளிருந்தால்

அடைய முடியாதது எதுவுமில்லை.

அரங்கன், அமுதனார் உருவில் வந்து

நமக்கு ஆணையிடுகிறான்.

ஏற்பது நம் பணி.

அமுதனார்: இன்னொரு விண்ணப்பம்

ராமானுஜர்: சொல்லுங்கள்.

அமுதனார்: இனி இவ்விடந்தான் என் இருப்பிடம்.

அனுமதி வேண்டும்.

ராமானுஜர்: இதுவே என் பாக்கியம், அமுதனாரே. கோயில் காரிய அநுபவத்தில் நீங்கள் முதிர்ந்தவர். உங்கள் உதவி நமக்குத் தேவை. இங்குள்ளவர்களில் பலரை உங்களுக்குத் தெரியும்.

(கிடம்பி ஆச்சானைப் பார்த்து)

இவர் எனக்கு மிகவும் அந்தரங்கமானவர், கிடம்பி ஆச்சான்.

(கோவிந்தப் பெருமாளைக் குறித்து)

என் சிற்றன்னையின் மகன், கோவிந்தப் பெருமாள்.

(முதலியாண்டானைச் சுட்டி) இவர் என் சகோதரியின் மகன் முதலியாண்டான்.

அமுதனார்: மற்றவர்களை நான் அறிவேன்.

ராமானுஜர்: மாறனேர் நம்பியை? . . .

(அவர் மாறனேர் நம்பியைச் சுட்டுகிறார்)

அமுதனார்: ஆளவந்தாருக்கு ஆப்தர் தெரியும், இவர் ஜாதியில் இழிந்தவரென்று. ஆளவந்தார் செய்கை இங்குப் பலருக்குப் பிடிக்கவில்லை.

ராமானுஜர்: ஆளவந்தார் விட்ட இடத்தை நான் தொடங்க இருக்கிறேன். இனி நம் மடத்தில் பல மாறனேர் நம்பிகள் இருக்கப் போகிறார்கள். பெண்களுக்கும் விலக்கில்லை. கோயில் சீரமைப்பு என் முதல் கவனம். இனி ஒவ்வொரு நாளும் கோயில் திருவிழா நாள்.

எல்லா ஜாதியினரும் பங்குகொள்ளும் பெருவிழா நாள். திருவரங்கத்து எல்லா வீதிகளிலும் உற்சவர் உலா வருவார். இறைவன் திரு முன் உயர்வில்லை, தாழ்வில்லை.

கர்ப்ப கிருஹத்தில், வேதங்களுக்கு இணையாக ஆழ்வார்களின் அருளிச் செயல்கள் ஒலிக்க வேண்டும்.

தமிழ், சம்ஸ்கிருதம் இரண்டு வேதங்களையும் உணர்ந்தவனே உபய வேதாந்தி. நாலாயிரத்தை நவில்தொறும் நவில்தொறும் புதுப்புது அர்த்தங்கள் புலப்படுவது அறிவோம். ஆகவே, இதுவரை பெரியவர்கள் வாய்மொழி கேட்ட விளக்கங்கள் போதும் என்று இருந்துவிடக் கூடாது. தமிழ் வேதங்களின் அர்த்த எல்லை, நானிலம் அளந்தவனின் பாத எல்லையாக விரிய வேண்டும். விளக்கம் கூற அனைவருக்கும் உரிமை. இதுதான் நான் காணும் வைணவம்.

சிஷ்யர் (1): விளக்கம் கூற எல்லாருக்கும் உரிமை என்றால் . . . ஒவ்வொருவரும் அவர் மனம் தோன்றியபடி . . .

ராமாநுஜர்: *(இடை மறித்து)* பொருந்தியிருந்தால், எப்பொருள் யார் யார் வாய் கேட்பினும் அது சரிதான். அப்பொருள் அழகுணர்ச்சிக்குப் பொருந்துதல் வேண்டும். அழகும் ஆன்மிகமும் வெவ்வேறன்று. பக்தியும் ரஸமும் வெவ்வேறன்று.

நான் அறிய வேண்டியது இன்னும் உலகளவுளது. அஷ்டாட்சரத்தின் உட்பொருளை கோஷ்டிப் பூரணரிடம் நான் கேட்டல் வேண்டும். இதுவே என் முதற்பணி. பெரிய நம்பியின் விருப்பமும் இதுதான்.

அமுதனார்: வைணவ ரகஸ்யார்த்தங்களை இதயத்தில் பூட்டி வைத்திருப்பவர் கோஷ்டியூர் நம்பி. அவரைச் சொல்லவைப்பது அவ்வளவு எளிதன்று.

ராமாநுஜர்: முயற்சி திருவினையாக்கும்.

அமுதனார்: அரங்கன் அருள்புரிவான். *(இருள்)*

காட்சி-2

(சில விநாடிகளுக்குப் பிறகு சற்று மங்கலான ஒளி வரும்போது, ராமாநுஜர், கூரேசர், முதலியாண்டான் ஆகிய மூவரும் அரங்கத்தைச் சுற்றிச் சுற்றி மூன்று தடவை வருகிறார்கள்.

அவர்கள் களைத்திருக்கிறார்கள். ராமாநுஜர் வியர்வையைத் துடைத்துக்கொள்கிறார். விடியற்காலை)

ராமாநுஜர்: *(சோர்வுடன்)* சுற்றிச் சுற்றி வந்துவிட்டோம். கோஷ்டிப் பூரணர் வீடு தெரியவில்லை.

(அப்பொழுதும் முன் அரங்கத்தின் வலப்பகுதியில் ஒருவர் இடப்பக்கம் நோக்கிச் செல்கிறார். கூரேசர் அவரை நோக்கி விரைந்து செல்கிறார்.)

கூரேசர்: ஸ்வாமி.

(அவர் நிற்கிறார்.)

கூரேசர்: திருக்கோஷ்டியூர் நம்பியின் இல்லம் எங்குளது?

அவர்: அதோ *(இடப்பக்கத்தைச் சுட்டி)* . . . நேராகச் சென்று வலப்புறம் திரும்பினால் ஒரு சிறிய குடில் தெரியும். அதுதான் அவரிருப்பிடம் . . . அவர் யாரையும் சந்திப்பதில்லையே..?

கூரேசர்: நன்றி ஸ்வாமி.

(அவர்கள் மூவரும் முன் அரங்க இடப்பக்கம் நோக்கி விரைந்து செல்கின்றனர்.

சில விநாடிகளுக்குப் பிறகு முன் அரங்க வலப்பக்கமாக வருகின்றனர்.

பின் அரங்க நடுப்பகுதியில் ஒரு பாயில் திருக்கோஷ்டியூர் நம்பி, உட்கார்ந்தவாறு பனை ஏடுகளைப் புரட்டிக்கொண்டிருக்கிறார். அவர் ஆசார சீலர். வயது, அறுபதுகளில் இருக்கக்கூடும். கடுமையான முக பாவம்.

அவர்கள் மூவரும் அவரை நோக்கிச் செல்கின்றனர். அவருக்குச் சற்றுத் தூரத்தில் நிற்கின்றனர். அவர் அவர்கள் வந்திருப்பதைக் கவனிக்கவே இல்லை. ஏடுகளில் ஆழ்ந்திருக்கிறார்.)

ராமாநுஜர்: *(மிருதுவான குரலில்)* ஸ்வாமி . . .

(அவர் ஏறிட்டு நோக்கவில்லை,)

ராமாநுஜர்: ஸ்வாமி . . .

(நம்பி நிமிர்ந்து நோக்குகிறார். மௌனமாய் ராமாநுஜரைப் பார்க்கிறார். எதிரே ஒருவர் நிற்கிறார் என்ற உண்மை அவர் பிரக்ஞையில் பதிவாகவில்லை என்பதுபோல் தோன்றுகிறது)

ராமாநுஜர்: அடியேன் ராமாநுஜன் திருவரங்கத்திலிருந்து வருகிறேன்.

(நம்பி தொடர்ந்து பார்க்கிறார்)

ராமாநுஜர் *(கூரேசரையும், முதலியாண்டானையும் சுட்டி):*

அவர் கூரேசர், அவர் முதலியாண்டான்.

(நம்பி தொடர்ந்து அவரை மௌனமாகப் பார்க்கிறார். கூரேசரையும் முதலியாண்டானையும் அவர் கவனித்ததாகவே தெரியவில்லை.)

ராமாநுஜர்: என் குருநாதர் பெரிய நம்பி உங்களிடம் வரும்படி பணித்தார்.

நம்பி: எதற்காக?

ராமாநுஜர்: பலரிடம் நான் பாடம் கேட்டும், ரகஸ்யார்த்தங்களை உங்களிடம் கேட்கவில்லை என்பதே என் குறை,

(நம்பி மௌனம்)

ராமாநுஜர்: கல்வியின் சாகரம் நீங்கள். எனக்கு அருள்புரிய வேண்டும்.

(நம்பி மௌனம்)

ராமாநுஜர்: ஆளவந்தாரின் நிறைவேறாத ஆசையொன்றை நிறைவேற்ற பிரதிக்ஞை எடுத்திருக்கிறேன். அதற்கு உங்களிடம் பாடம் கேட்பது மிக அவசியம்.

நம்பி: என்ன நிறைவேறாத ஆசை?

ராமாநுஜர்: வியாஸ சூத்திரங்களுக்கு விஸிஷ்டாத் வைத வியாக்கியானம் காண்பது. *(நம்பி ராமாநுஜரை ஏற இறங்கப் பார்க்கிறார். இவ்வாறு எழுத உனக்குத் தகுதி இருக்கிறதா என்று வினவுவது போலிருக்கிறது அவர் பார்வை)*

ராமாநுஜர்: *(அவர் பார்வையைப் புரிந்துகொண்டு)*

தகுதியில்லா என்னைத் தகுதியுடையவனாக்க வேண்டும் நீங்கள்.

நம்பி: சரி, பிறகு வாருங்கள் பார்ப்போம்; இப்பொழுது இயலாது.

(அவர் 'திடுதிப்' என்று எழுந்து சென்றுவிடுகிறார். இருள். சில விநாடிகளுக்குப் பிறகு சற்று மங்கலான ஒளி வரும்போது, ராமாநுஜர், கூரேசர், முதலியாண்டான் அரங்கத்தை ஒரு முறை சுற்றி வந்து சோர்ந்து நிற்கிறார்கள் . . .)

ராமாநுஜர்

(சோர்வுடன்): பதினெட்டு தடவை வந்துவிட்டோம். ஒரே பதில்தான், 'பிறகு வா'..! நான் என்ன தவறு செய்தேன்?

கூரேசர்: நாங்கள் உங்களுடன் வருவது அவருக்குப் பிடிக்க வில்லையோ?

முதலியாண்டான்: ஒருவேளை, நீங்கள் தனியாக வந்தால்..?

ராமாநுஜர்: அடுத்த முறை சந்திக்கும்போது கேட்கிறேன். அதற்குப் பதிலும் வைத்திருக்கிறேன்.

(அப்பொழுது ஒருவர் ராமாநுஜரை நோக்கி விரைவாக வருகிறார்.)

அவர்: ஸ்வாமி . . .

(ராமாநுஜர் திரும்பிப் பார்க்கிறார்)

அவர்: நம்பி உங்களை அழைக்கிறார்.

(ராமாநுஜர் முகம் மலர்கிறது.

இருள் . . . சில விநாடிகளுக்குப் பிறகு, பின் அரங்கத்தில் நடுவில், பாயில் நம்பி உட்கார்ந்திருக்கிறார். அவர் கையில் ஏடுகள். ராமாநுஜரும், கூரேசரும் முதலியாண்டானும் நம்பி முன் சென்று வணங்குகிறார்கள்.)

நம்பி: உங்களிடம் நான் என்ன சொன்னேன்?

(ராமாநுஜர் ஒன்றும் புரியாமல் அவரைப் பார்க்கிறார்.)

நம்பி: நீங்கள் சந்நியாசி. உங்கள் திரிதண்டத்துடனும், பவித்திரத்துடனும் மட்டும் பாடம் கேட்க வாருங்கள் என்றேன். இவர்களை ஏன் அழைத்து வந்தீர்கள்? கூட்டம் போட்டா ரகஸ்யார்த்தம் கேட்பது?

ராமாநுஜர்: ஸ்வாமி, கூரேசர் என் பவித்ரம், முதலி

யாண்டான் என் திரிதண்டம், நீங்கள் சொன்னபடிதான் வந்திருக்கிறேன்.

நம்பி: சாமர்த்தியமான பதில். அவர்கள் இங்கு இருக்கக் கூடாது. உங்களுக்கு மட்டுந்தான் பாடம். விருப்பமிருந்தால் சொல்லுங்கள், இப்பொழுதே பாடம் கேட்கலாம்.

(கூரேசரும், முதலியாண்டானும் போய்விடுகிறார்கள். ராமாநுஜர் அவர்கள் போனதைக் கவனிக்கவில்லை. அவர்கள்

அங்கு இல்லை என்று உணரும்போது, ஏதோ சொல்ல வருகிறார். பிறகு பேசாமலிருந்து விடுகிறார்.)

நம்பி: பாடம் தொடங்கலாமா?

ராமாநுஜர்: தங்கள் சித்தம், ஸ்வாமி.

நம்பி: அருகில் வாருங்கள்.

(மங்கலான ஒளியில் நம்பி பேசுவது தெரிகிறது. ஒலிக் குறிப்பு ஏதுமில்லை. இந்த சைகை, 2, 3 நிமிடங்கள் நீடிக்கலாம். ராமாநுஜர் மிகவும் உன்னிப்பாக அவர் சொல்வதைக் கேட்கிறார்.)

(சில விநாடிகள் அமைதி . . .)

நம்பி: இந்த ரகஸ்யார்த்தங்கள் உங்களுக்கு மட்டுந்தான். வேறு யாருக்காவது சொன்னீர்களானால், குருத் துரோகம். பலன், நரகத்துக்குப் போவீர்கள். இதுவே என் எச்சரிக்கை. புரிந்ததா?

(ராமாநுஜர் மௌனமாக நிற்கிறார். இருள் . . .

சில விநாடிகளுக்குப் பிறகு அரங்கம் ஒளி வெள்ளத்தில் ஆழ்ந்திருக்கிறது.

நடு அரங்கத்தின் மையத்தில் கோயில் மதில் போன்ற ஓர் ஆசனம். ராமாநுஜர் அதன் மீது ஏறி நிற்கிறார்.

அவரருகே இரு மருங்கிலும் கூரத்தாழ்வார், முதலியாண்டான் நிற்கிறார்கள்.

அவரெதிரே பல திறப்பட்ட மக்கள், ஜாதி வேறுபாடின்றி நிற்கிறார்கள்)

ராமாநுஜர்: யான் பெற்ற இன்பத்தை உங்களுடன் பகிர்வதே என் நோக்கம். பிரபஞ்சத்தை உடலாகக் கொண்டும், பிரபஞ்சத்துக்குள் ஊடுருவியும் நிற்பவன் நாராயணன். இறைவன் இல்லாத இடமேயில்லை. காணுமிடமெல்லாம் வைகுண்டம் என்றால் காண்பவற்றுள் உயர்வு, தாழ்வு இல்லை. நால்வகைச் சாதி நாராயணனுக்கு இழைக்கும் அநீதி. அவனே புவனசுந்தரன், அவனே மனிதன் அடைய வேண்டிய எல்லை நிலம். அவனே, அவனை அறிய அழைத்துச் செல்லும் வழிகாட்டி. அவனே நமக்கு ஒரே அடைக்கலம். அவன் வழி நின்று செயல்படுவது நம் கடமை. செயல், செயல், செயல். இதுவே நம் தாரக மந்திரம். இதுவே கீதை கூறும் சரம ஸ்லோகத்தின் சாரம். அவனைப் பற்றுக் கோடாகக் கொண்டு சமூகக் கைங்கர்யப் பணியைத் தலைமேல் ஏற்று உழைப்போம். ஓம் நமோ நாராயணாய!

(அவர் உரக்க நாராயண சப்தத்தைக் கூறியதும், கூட்டம் எதிரொலிக்கின்றது. அப்பொழுது முன் அரங்கத்தின் இடக் கோடியிலிருந்து திருக்கோஷ்டியூர் நம்பி மிகக் கோபமாக விரைந்து வருகிறார்.)

நம்பி *(உரக்க)*: இது குருத் துரோகம், ராமாநுஜரே.

(கூட்டத்தினர் திடுக்கிட்டுத் திரும்பிப் பார்க்கின்றனர்.)

ராமாநுஜர் *(புன்னகையுடன்)*: வாருங்கள், குருநாதரே.

(அவர் கீழே இறங்கி நம்பியை வணங்குகிறார். நம்பி நகர்ந்து கொள்கிறார்)

நம்பி: நான் உங்களிடம் பாடம் சொல்லு முன் என்ன சொன்னேன்?

ராமாநுஜர் *(புன்னகையுடன்):* யாருக்கும் ரகஸ்யார்த்தத்தைச் சொல்லக் கூடாது என்றீர்கள். சொன்னால் நான் நரகத்துக்குப் போவேன் என்றீர்கள்.

நம்பி: *பிறகுமா..?*

ராமாநுஜர் *(புன்னகையுடன்):* பாருங்கள், குருநாதரே! ரகஸ்யார்த்தம் கேட்டு இத்தனை பேர் வைகுண்டம் போக இருக்கிறார்கள். நான் ஒருவன் மட்டும் நரகம் போவதினால் என்ன பெரிய நஷ்டம்? 'பொலிக, பொலிக, பொலிக போயிற்று வல்லுயிர்ச் சாபம்' என்று நாம் மகிழ வேண்டாமா?

(நம்பி மௌனம்)

நம்பி: மகிழ்வோம். நீங்கள் இப்பொழுது சொன்ன ஆழ்வார் அருளிச் செயலை முழுவதும் பாடுங்கள்.

(சில விநாடிகளுக்குப் பிறகு)

ராமாநுஜர் *(பாடுகிறார்):*

பொலிக பொலிக பொலிக
போயிற்றுவல்லுயிர்ச் சாபம்
நலியும் நரகமும் நைந்த
நமக்கு இங்கு யாதொன்றுமில்லை
கலியும் கெடும் கண்டுகொள்மின்
கடல்வண்ணன் பூதங்கள் மண்மேல்
மலியப்புகுந்து இசைபாடி
ஆடி உழித்தரக் கண்டோம்

(அனைவரும் 'ஓம் நமோ நாராயணாய' என்கின்றனர். நம்பி ராமாநுஜரை இறுக ஆலிங்கனம் செய்துகொள்கிறார்.)

நம்பி: இனி உங்கள் பெயர் 'எம்பெருமானார்' என்று வழங்கட்டும்.

(கூட்டத்தில் மகிழ்ச்சி ஆரவாரம். இருள் . . .)

காட்சி-3

(திரை விலகுவதும், கோயில் மணி ஒலிப்பதும் அதே கணத்தில் நிகழ வேண்டும்.

காலை.

அரங்கத்தின் மையத்தில் நான்கு வைதிகப் பிராமணர்கள், முப்பதிலிருந்து அறுபதுவரை வயது. தோற்றமும் வெவ்வேறு மாதிரி. ஒருவர் நல்ல உயரம், இன்னொருவர் மிகக் குட்டை, பருமன், கச்சல் என்ற வகையில் நால்வரும் வட்ட வடிவில் நின்று கொண்டு உரையாடுகின்றனர்.

கோயில் மணி ஒலிக்கும்போது, ஒலிக்குறிப்பற்ற அவர்களுடைய சைகைகளைத்தாம் நம்மால் பார்க்க முடிகிறது. கை, கால்களை ஆட்டிப் பேசுகின்றனர்.

கோயில் மணி ஓசை அடங்கியதும் அவர்கள் பேசுவதைக் கேட்க முடிகின்றது.)

பிராமணர் (1): ஆளவந்தாரை நம்பி . . .

பிராமணர் (2): மோசம் போனோம்.

பிராமணர் (3): அவருக்கு அந்திம காலத்தில்

பிராமணர் (4): புத்தி பேதலித்ததோ?

பிராமணர் (ஏளனமாக): நல்ல வாரிசு!

பிராமணர் (2): வடக்கத்திக்காரனுக்கு

பிராமணர் (3): ஏது ஆசாரம்?

பிராமணர் (4): சோமயாஜி குலமாம் ...

பிராமணர் (1): யாருக்குத் தெரியும்?

பிராமணர் (2): பிறவியிலேயே ஸ்மார்த்தன்

பிராமணர் (3): வைஷ்ணவனானது எப்படி?

பிராமணர் (4): செட்டிக்குடி நம்பி அவன் முதல் குருவாம்!

பிராமணர் (1): திருக்கச்சி நம்பியா?

பிராமணர் (2): ஆமாம்.

பிராமணர் (3): பெரிய நம்பி..?

பிராமணர் (4): அடுத்த குரு ... இப்பொழுது சிஷ்யனுக்கு ...

பிராமணர் (1), (2), (3): சிஷ்யனாகிவிட்டார்.

(நால்வரும் சிரிக்கிறார்கள். அப்பொழுது பிராமணர் (1) கையைக் குடையாகக் குவித்து முன் அரங்க வலக் கோடியைப் பார்க்கிறார். அவர் பார்ப்பதைப் பார்த்து மற்றவர்களும் நோக்குகின்றனர்)

பிராமணர் (1) (தணிந்த குரலில்): பெரிய நம்பி ...

பிராமணர் (2): கையில் என்ன?

பிராமணர் (3): மறைத்துக்கொண்டு போகிறார்.

பிராமணர் (4): அவரைத் தொடர்வோமா?

(அவர் துணியால் ஏதோ மறைத்துக்கொண்டு அங்குமிங்கும் பார்த்தவாறு போகிறார். அவர்கள் தொடர்கிறார்கள். இடக்கோடி அரங்கத்தின் வழியே செல்கிறார். சில விநாடிகள் இருள். ஒளி வரும்போது, அரங்கத்தின் மையத்தில் ஒருவர் உட்கார்ந்திருக்கிறார். கரிய உருவம், உடல் நலம் சரியில்லை. இருமுகிறார். ஐம்பது வயதிருக்கும், பிராமண வகுப்பு இல்லை. இளைத்த உடம்பு, வறுமை முகத்தில் தெரிகிறது.

பெரிய நம்பி முன் அரங்க வலக்கோடியிலிருந்து உள்ளே நுழைகிறார். அவரை நோக்கிச் செல்கிறார். பெரிய நம்பியைக் கண்டதும் அவர் எழுந்திருக்கிறார். தள்ளாடி வருகிறார். பெரிய நம்பி அவரை உட்காரவைக்கிறார்.)

அவர்: அபசாரம்! அபசாரம்! என்னைத் தொட்டு விட்டீர்களே!

(அப்பொழுது நான்கு பிராமணர்களும் முன் அரங்க வலக்கோடியில் நின்றவாறு பார்க்கிறார்கள். முகத்தில் சினம் தெரிகிறது.)

பெரிய நம்பி: மாறனேர் நம்பி! ஆளவந்தார் சிஷ்யர் நீங்கள். இப்படிச் சொல்லலாமா? உண்மையான வைஷ்ணவர்களுக்கு ஏது ஜாதி?

(பெரிய நம்பி துணியை விலக்குகிறார். மூன்று 'பாத்திரங்கள்', ஓர் 'இலை', 'இலை'யைக் கீழே வைத்து, இரண்டு 'பாத்திரங்களி'லிருக்கும் 'உணவை'ப் பரிமாறுகிறார்.

பிராமணர்கள் நால்வரும் ஒருவரையொருவர் கோபத்தோடு பார்த்துக்கொள்கிறார்கள்)

பெரிய நம்பி: அரங்கன் பிரஸாதம், சாப்பிடுங்கள். எல்லா நோயும் பறந்துவிடும்.

(அரங்கன் பிரஸாதம் என்றதும் அந்த நால்வரின் முகம் இன்னும் சிவக்கிறது. மாறனேர் நம்பி சாப்பிடுகிறார்.

இருமுகிறார். பெரிய நம்பி கொண்டுவந்திருந்த 'தண்ணீர்' குவளையினின்று 'நீர்' எடுத்து அவரிடம் தருகிறார். பாத்திரத்தினின்றும் 'நீர்' குடித்ததும் இருமல் அடங்குகிறது.

அப்பொழுது நால்வரும் அரங்கத்துக்குள் நுழைகின்றனர். அவர்களைக் கண்டதும் மாறனேர் நம்பி திடுக்கிடுகின்றார். எழுந்திருக்க முயல்கிறார். முடியவில்லை. அவரை உட்காரும்படிச் சைகை செய்கிறார் பெரிய நம்பி. மாறனேர் நம்பி கஷ்டப்பட்டு எழுந்து ஓரமாக நிற்கிறார்.)

பிராமணர் (1): பெரிய நம்பி! குருவுக்கு மிஞ்சிய சிஷ்யனா, சிஷ்யனை மிஞ்சிய குருவா?

பெரிய நம்பி: புரியவில்லை.

பிராமணர் (2): என்ன புரியவில்லை? *(ஏளனமாக)* அதோ அந்த மகா பெரியவர், அவன் என்ன ஜாதி.

திடீரென்று கேட்கும் குரல்: நீரும் நானும் என்ன ஜாதி?

(அவர்களும் திரும்பிப் பார்க்கின்றனர். ராமாநுஜர் ... அவர் மேலே சொன்னவாறு கேட்டுக்கொண்டே மாறனேர் நம்பி அருகில் போய் நிற்கிறார். நம்பி தள்ளிப் போய் நிற்க முயலுகிறார். அவர் கையைப் பற்றி இழுத்துத் தம்மருகில் நிற்க வைத்துக்கொள்கிறார் ராமாநுஜர்)

பிராமணர் (3) *(ஏளனம்):* ராமாநுஜரே, உம் ஜாதியைப் பற்றி எங்களுக்குத் தெரியாது. நாங்கள் பிராமணர்கள் . . .

ராமாநுஜர்: நானும் இவரும் பெரிய நம்பியும் மனுஷ ஜாதி. உங்கள் ஜாதியைப் பற்றி எங்களுக்குத் தெரியாது.

பிராமணர் (4): கிண்டலா செய்கிறீர்?

ராமாநுஜர்: எது ஸ்வாமி கிண்டல்? நீங்கள் அப்படியானால் மனுஷ ஜாதி இல்லையா?

பிராமணர் (1): உங்கள் குருவா, சிஷ்யரா – இவர்தான், பெரிய நம்பி – சேரி ஜனத்துக்குத்தான் அரங்கனுடைய முதல் தீர்த்தம் என்கிறார். என்ன சொல்லுகிறீர்?

ராமாநுஜர்: அப்படியா? *(அவர் பெரிய நம்பியைத் தழுவிக் கொள்கிறார்)* அரங்கனுக்கு உவந்த காரியம்.

பிராமணர் (2): ராமாநுஜரே, நீங்கள் செய்வது இறைவனுக்கே அடுக்காது . . . ஜாதியில் இழிந்தவனை . . .

ராமாநுஜர்: யார் இழிந்தவன் ஸ்வாமி? வேதம் வகுத்த வியாஸர் செம்படவர்தானே? இராம கதை சொன்னவர் வேடர் தானே? திருப்பாணாழ்வார் மீது கல்லெறிந்தீர்கள். பிறகு என்னாயிற்று?

பிராமணர் (3): ஆழ்வாரும் இவனும் ஒன்றா? பெரிய பெருமாளின் ஸ்ரீவத்ஸ அம்ஸமாய்ப் பிறந்த பாணநாதர், அவர் பிறந்த தாழ்ந்த குலத்துக்கு ஒரு விதிவிலக்கு.

ராமாநுஜர்: தவிர்க்க முடியாததை விதிவிலக்காய்க் கொண்டு, மனச் சமாதானம் அடைவதுதான் உங்கள் வழக்கமாகப் போய்விட்டது. ஆனால் என் அகராதியில் விதிவிலக்கு

என்று ஏதுமே கிடையாது. அனைவருக்கும் ஒரே தர்மம், இதுதான் என் கொள்கை.

பிராமணர் (4): வெட்டிப் பேச்சு எதற்கு? பெரிய நம்பியை சமூகத்திலிருந்து விலக்கிவைக்கப் போகிறோம். உங்களுடைய உபதேசம் அவருக்கு உதவப் போவதில்லை.

ராமானுஜர் *(புன்னகையுடன்):* என் உபதேசம் உதவியிருப்பதால் தான் அவருக்கு இவ்வளவு பெரிய நன்மையைச் செய்திருக்கிறீர்கள்.

பிராமணர் (1): என்ன நன்மை?

ராமானுஜர்: உங்கள் சகவாசம் அவருக்கு இனி இல்லை என்பது பெரிய உபகாரம் இல்லையா?

பிராமணர் (2): ராமானுஜரே, இது திமிர்ப் பேச்சு. பலனை அநுபவிக்கப் போகிறீர்கள்.

பிராமணர் (3) *(கோபமாக):* வாருங்கள் போகலாம்.

பிராமணர் (4): எங்கள் பலம் உங்களுக்குத் தெரியத்தான் போகிறது.

(அவர்கள் கோபத்துடன் வெளியேறுகிறார்கள். மாறனேர் நம்பி முகத்தில் வேதனை)

ராமானுஜர்: பாதிச் சாப்பாட்டில் எழுந்துவிட்டீர்கள் போலிருக்கிறதே. சாப்பிட்டு முடியுங்கள்.

மாறனேர் நம்பி: என்னால் உங்களுக்கும் பெரிய நம்பிக்கும் . . .

ராமானுஜர்: ஒரு பிரச்னையுமில்லை. சாப்பிடுங்கள்.

(மாறனேர் நம்பி, 'உணவை' அள்ளிப்போட்டுக்கொள்கிறார். 'பாத்திரங்களை' 'நீரில்' கழுவுகிறார்.)

ராமாநுஜர்: மாறனேர் நம்பி... தன் மீதே கழிவிரக்கம் என்பது ஒரு பெரிய வியாதி. அது கூடாது.

பெரிய நம்பி: வழிவழியாய் ரத்தத்தில் ஊறியிருக்கும் இந்த ஜாதி உணர்வு அவ்வளவு சுலபமாகப் போய் விடுமென்று நம்புகிறீர்களா, உடையவரே?

ராமாநுஜர்: இப்படி இருப்பது தப்பு என்று உணர்ந்து, சும்மா இருக்க முடியுமா? நம்மளவில் முயல்வோம், நாம் முயற்சி செய்யவில்லை என்ற குறை இருக்கக் கூடாது.

(மாறனேர் நம்பி ராமாநுஜரை நன்றியுடன் பார்க்கிறார்)

ராமாநுஜர்: எனக்கோ, பெரிய நம்பிக்கோ நீங்கள் நன்றி சொல்ல வேண்டிய அவசியமில்லை. ஸ்ரீவைஷ்ணவ சமுதாயத்தில் ஒவ்வொரு வரும் ஒருவருக்கொருவர் கடமைப் பட்டிருக்கிறார்கள். எங்கே பாடுங்கள் அந்தப் பாசுரத்தை, 'பொலிக பொலிக' . . .

(மாறனேர் நம்பி பாடுகிறார். அருமையான குரல், சாரீரம்)

பொலிக பொலிக பொலிக போயிற்று வல்லுயிர்ச் சாபம்

நலியும் நரகமும் நைந்த நமனுக்கு இங்கு யாதொன்றுமில்லை. கலியும் கெடும் கண்டு கொண்மின் கடல் வண்ணன் பூதங்கள் மண்மேல் மலியப்புகுந்து இசைபாடி ஆடி உழித்தரக் கண்டோம்.

(ராமாநுஜர் மெய்மறந்து நிற்கிறார். அவர் பாடி முடித்தும் சில விநாடிகள் மௌனம்)

ராமாநுஜர்: கடல் வண்ணன் பூதங்கள், யார்? நாமா அவர்களா? *(பிராமணர்கள் போன திசையைச் சுட்டுகிறார்)* நாம்தான் . . . நிச்சயமாக நாம்தான். எல்லாரையும் வைஷ்ணவர்களாக்கிவிடுவது தான் ஜாதிகளை ஒழிக்க ஒரே வழி. நெல் பயரிட்டால் புல் தானே தேயும். *(மௌனம்)* மாறனேர் நம்பி, நீங்கள் இனி இந்தச் சேரியில் உள்ள அனைவருக்கும் பிரபந்தத்தைப் பாடக் கற்றுத் தாருங்கள். அரங்கன் குடியேறிவிடுவான்.

மாறனேர் நம்பி: உடையவரே, உங்கள் வார்த்தைகள் எனக்குப் புதிய தெம்பையும் உற்சாகத்தையும் தருகின்றன. என்னைப் பற்றிய பிணி, இருந்த இடம் தெரியாமல் போய்விட்டது.

(அவர் ராமாநுஜரை வணங்குகிறார்)

ராமாநுஜர்: வாருங்கள். போகலாம். பிராமணர்கள் உங்கள் வீட்டுக்குப் போயிருக்கக்கூடும்.

(சில விநாடிகளுக்கு இருள். ஒளிவரும்போது . . .

அரங்க வலப்பக்கம் அங்கிருந்து ஒரு பெண் வருகிறாள். பதினெட்டு வயதிருக்கலாம். அழகிய முகம். உறுதியும் கண்டிப்பும் முகத்தில் தெரிகின்றன. அவள் நடு அரங்கம் வரை தரையைப் பார்த்துக்கொண்டு வருகிறாள். தரையில் கிடப்பனவற்றைத் தவிர்ப்பதுபோல் ஒதுங்கி நடக்கிறாள்.

முகம் கோபத்தில் சிவப்பாகிறது. ஒரு கையை இடுப்பில் வைத்துக்கொண்டு பின்பக்கம் திரும்புகிறாள்)

பெண்: இது யார் செய்த வேலை? முள்ளைப் பரப்பியிருக்கிறார்களே, எதற்காக இந்த பகிஷ்காரம்? அரங்கா, பதில் சொல்,

அத்துழாய் உன் பக்தை, நான் கேட்கிறேன். பதில் சொல். உடையவர் சிஷ்யை நான். எதைக் கண்டும் நான் அஞ்ச மாட்டேன்.

(பிராமணர்கள் (1,2,3,4) முன் அரங்க இடப்பக்கத்திலிருந்து வருகிறார்கள். அத்துழாய் அவர்களுக்குப் பின்புறம் காட்டி நிற்பதால் அவர்களைக் கவனிக்கவில்லை. அவர்கள் சற்றுத் தள்ளியே நிற்கிறார்கள். அவர்கள் அத்துழாய் பேசத் தொடங்கியதும் வந்துவிட வேண்டும்.)

பிராமணர் (1): அரங்கனைக் கேட்காதே, எங்களைக் கேள். சொல்லுகிறோம்.

(அவள் மெதுவாக அவர்கள் பக்கம் திரும்புகிறாள். கூர்மையாகப் பார்க்கிறாள்)

பிராமணர் (2): உன் தந்தை சேரி ஜனத்தைத் தாயாதிகளாக்கிக் கொண்டிருக்கிறார்.

பிராமணர் (3): இது அக்ரஹாரத்துக்கு அவமானம்.

பிராமணர் (4): காஞ்சிபுரத்தான் ஸ்ரீரங்கத்தை நாசமாக்கிக் கொண்டு வருகிறான்.

அத்துழாய்: மாறனேர் நம்பி உத்தமமான ஸ்ரீவைஷ்ணவர். அவருக்குப் படைக்கும் உணவு, அரங்கனுக்கு அளிக்கும் அமுது.

(பிராமணர்கள் கிண்டலாகச் சிரிக்கிறார்கள்)

அத்துழாய்: எதற்குச் சிரிக்கிறீர்கள்?

பிராமணர் (1): இனி உனக்கும், உன் தந்தைக்கும் மாறனேர் நம்பி இருக்கும் மாளிகையில்தான் சாப்பாடு.

இந்திரா பார்த்தசாரதி

பிராமணர் (2): அக்ரஹாரத்துப் பிராமணர்கள் உங்களை இனி ஏறெடுத்துக் கூடப் பார்க்க மாட்டார்கள்.

பிராமணர் (3): இனி நீங்கள் கோவிலுக்குள்ளும் நுழைய முடியாது.

அத்துழாய்: நான் அரங்கனை நியாயம் கேட்பேன். உங்கள் மிரட்டலைக் கண்டு நான் அஞ்ச மாட்டேன்.

பிராமணர் (1): அரங்கனை எப்படி நியாயம் கேட்பாய்?

பிராமணர் (2): கோயிலுக்குள் உன்னை அனுமதித்தால்தானே?

அத்துழாய்: அரங்கன், கோயிலுக்குள் மட்டுமில்லை. என் இதயத்திலிருக்கிறான். மாறனேர் நம்பி இசையில் இருக்கிறான். நாங்கள் அரங்கனைக் கர்ப்பகிரகத்தில் மட்டும் வைத்துச் சிறை செய்யவில்லை. எங்களுக்குப் பிரபஞ்சமே இறைவன் இருக்கை. வியாப்தி செளகர்யத்துடன் அந்தர்யாமியாக அவன் இருக்கிறான்.

பிராமணர் (3): இருக்கட்டும், எங்களுக்கு ஆட்சேபணை இல்லை. நாங்கள் போட்டிருக்கும் தடையை மீறி பிராமணர்கள் யாரும் உங்களுடன் தொடர்பு கொள்ள மாட்டார்கள்.

அத்துழாய்: நீங்கள்தான் பிராமணச் சமூகம் என்றால் உங்கள் தொடர்பு எங்களுக்குத் தேவையில்லை. இது ராமாநுஜர் எங்களுக்குக் கற்றுத் தந்த பாடம்.

பிராமணர் (4): அவ்வளவு திமிரா உனக்கு?

அத்துழாய்: இல்லை, அவ்வளவு தன்னம்பிக்கை. நாளை உற்சவ மூர்த்தி புறப்பாட்டின்போது அரங்களை நீதி கேட்பேன்.

பிராமணர் (1) *(சிரித்துக் கொண்டே):* என்ன செய்வாய்?

அத்துழாய்: அவனால் எங்களுக்கு நீதி வழங்காமல் ஓர் அடி கூட மேலே எடுத்து வைக்க முடியாது. இது சத்தியம்.

(பிராமணர்கள் கூடித் திகைத்து நிற்கின்றனர். இருள்.

ஒளி வரும்போது, நாதஸ்வர இசை மிகத் தொலைவில் கேட்க வேண்டும். மல்லாரி இசை. கம்பீர நாட்டை. தொலைவில் கேட்பது கொஞ்சம் கொஞ்சமாக நெருங்கி வருவதுபோல் அதிகரிக்க வேண்டும். வேத பாராயணம் கேட்கிறது. 2, 3 நிமிடங்களுக்குப் பிறகு அத்துழாய் பின் அரங்க வலப்பக்கத்திலிருந்து வேகமாக வந்து, அரங்கத்தின் மையத்தில் இரண்டு கைகளையும் நீட்டி மறிப்பது போல் நிற்கிறாள். நாதஸ்வர இசை நெருங்குகிறது. வேத ஒலி அதிகரிக்கிறது. அவள் பார்வை, முன் அரங்கத்து வலப்பக்கம் நோக்கி நிலை குத்திட்டு நிற்கின்றது. நாதஸ்வர இசை நெருங்க நெருங்க அவள் கைகளை விரித்தவாறே முன்னோக்கிச் செல்கின்றாள். பிராமணர்கள் (1), (2), (3), (4) வலப்புறத்து அரங்கத்திலிருந்து வருகின்றனர்.)

அத்துழாய்: இதைத் தாண்டி உன்னைப் போக விட மாட்டேன்.

பிராமணர் (1) *(கோபத்துடன்):* பயமுறுத்துகிறாயா?

அத்துழாய்: உங்களுடன் நான் பேசவில்லை.

பிராமணர் (2): யாருடன் பேசுகிறாய்?

அத்துழாய்: அரங்கனுடன்

(பின்னணியில் நாதஸ்வர இசை நிற்கிறது)

பிராமணர் (3): நீ என்ன பைத்தியமா?

அத்துழாய்: அரங்கா, பதில் சொல், உன் பேரைச் சொல்லி என் தந்தையை இவர்கள் அவமானப் படுத்துகிறார்கள். இது நியாயமா?

பிராமணர் (4): உன் தந்தைதான் பிராமண குலத்தையே அவமானப்படுத்தியிருக்கிறார். ஜாதியில் கடையனுக்கு அரங்கனின் அமுதா ... என்ன அக்கிரமம்?

அத்துழாய்: அரங்கா, இவர்களிடம் ஸ்ரீவைஷ்ணவர்களுக்கு ஜாதி கிடையாது என்று சொல். நம்மாழ்வார் அருளிச் செயலை நினைவுபடுத்து.

(இனிய குரலில் பாடுகிறாள்)

பயிலும் சுடரொளி மூர்த்தியைப்
 பங்கயக் கண்ணனைப்
பயில இனிய நம் பாற்கடற்
 சேர்ந்த பரமனைப்
பயிலும் திருவுடை யார் எவ
 ரேனும் அவர் கண்டீர்
பயிலும் பிறப்பிடை தோறு எம்மை
 ஆளும் பரமரே

நம்மாழ்வார் கொண்டாடும் பரமர்கள், ஜாதியில் கடையவர்களா? அரங்கா, கேள் இவர்களை ஜாதியைக் கற்பித்தது யார் ... நீயா..? இவர்கள்தானே!

பிராமணர் (1): நாங்கள் கற்பிக்கவில்லை. கரும பலனினால் வருவது ஜாதி.

(அத்துழாய் இப்பொழுது அவர்களை எதிர்நோக்கு கிறாள்)

அத்துழாய்: 'கொடிய வினை செய்யவேனும் யானே என்னும், கொடிய வினை தீர்ப்பேனும் யானே என்னும்' என்று இறைவனே சொன்ன பிறகு, கரும பலன் என்று சொல்லுகின்றீர்களே. இவ்வளவுதானா உங்கள் பாசுர அறிவு? மாறனேர் நம்பியைப் போன்ற ஸ்ரீவைஷ்ணவர் யாரிருக்கிறார்கள் உங்கள் குலத்தில்? அவரைப்போய் ஜாதியில் கடையவர் என்கிறீர்களே, நாக்கூசாமல்? அரங்கா இது அடுக்குமா? சமுதாயத்தில் அனைவரையும் ஓரினமாக்கி, சமதர்மத்தை உருவாக்கும் உடையவரின் சிஷ்யை நான் கேட்கிறேன். அரங்கா, இது அடுக்குமா?

(அப்பொழுது மூன்று பேர்—பிராமண குலமில்லை — அரங்கத்துக்குள் நுழைகிறார்கள்)

ஆள் (1): அந்தப் பொண்ணு கேக்கிறதில என்ன தப்பு?

ஆள் (2): சாமியா, பாப்பான், பஞ்சமன்னு சொல்லிச்சு?

ஆள் (3): மாறனேர் நம்பி எவ்வளவு நல்லவரு, அவருக்குச் சோறு கொடுத்தார்னா பெரிய நம்பியை தள்ளி வச்சீங்க?

பிராமணர் (1), (2), (3), (4): நீங்க போங்க. பேச உங்களுக்கு அதிகாரமில்லை.

(அப்பொழுது ராமாநுஜர் அங்கு வருகிறார்)

ராமாநுஜர்: ஏன் அதிகாரமில்லை? திருமால் பக்தன் எவனுக்கும் ஆணவத்தைத் தட்டிக் கேட்க உரிமை உண்டு.

ஆள் (1): அப்படிச் சொல்லுங்க சாமி.

ஆள் (2): நாங்க மட்டுமல்ல, அங்கே *(வலப்பக்கம் சுட்டுகிறான்)* நிக்கிற எல்லாரும் இந்தப் பொண்ணு பக்கம்.

ஆள் (3):நீங்க பெரிய நம்பி வீட்லேர்ந்து முள்ளை எடுத்தாத்தான் சாமி கோயிலுக்குள்ளாற போகும்.

(பிராமணர்கள் கோபத்துடன் அவர்களைப் பார்க்கிறார்கள்)

அத்துழாய்: இவர்கள் பேசவில்லை. அரங்கன் இவர்களின் மூலம் பேசுகிறான். இது கூடவா உங்களுக்குத் தெரியவில்லை?

(கூட்டத்தில் கலவரம் போன்ற ஒலி. பிராமணர்கள் அந்தத் திசையை நோக்குகிறார்கள். அப்பொழுது இரண்டு கோயில் அருச்சகர்கள் அரங்கத்திற்குள் நுழைகின்றனர்)

அருச் (1): அத்துழாய் சொல்வதுபோல் இந்த எளியவர் மூலம் அரங்கன்தான் பேசுகிறான். இது எங்களுக்கு இப்பொழுதுதான் புரிகிறது.

அருச் (2): இவர்கள் *(பிராமணர்களைச் சுட்டி)* பேச்சைக் கேட்டு, பெரிய நம்பிக்குக் கொடுமை இழைத்தது தவறுதான். உடையவரே, உங்கள் பலத்தை இப்பொழுதுதான் உணர்கிறோம்.

அருச் (1): உங்கள் உபதேசத்தின் வலிமையை இந்தப் பெண்ணின் மூலந்தான் உணர்ந்தோம், அம்மா! நீ எங்களை ஆளப் பிறந்தவள், பெரிய நம்பி இனி நம்மவர்.

(அவர் கையை அசைக்கிறார். நாதஸ்வர இசை பலமாக ஒலிக்கிறது. மேளம் . . . இருள்)

(ஒளி வரும்போது பிராமணர்கள் (1), (2), (3), (4). அருச்சகர்கள் (1), (2), (3), (4) நடு அரங்கத்தில் வரிசையாக நிற்கிறார்கள்.

அவர்கள் எதிரே சற்றுத் தள்ளி, பக்க வாட்டத்தில் வலப்புறம் அருச்சகர் (1), இடப்புறம் (2) அவர்களுக்குப் பதில் சொல்லக் கடமைப்பட்டவர்கள்போல் நிற்கிறார்கள்.

பிராமணர் (1) *(கோபமாக):* குலதர்மத்துக்கே உலை வைத்துவிட்டீர்கள்.

பிராமணர் (2): பள்ளு பறைக்குப் பரிந்து பேசுகிறவனா உங்களுக்கு முக்கியமாகப் போய்விட்டான்?

பிராமணர் (3): திமிர் பிடித்த பெண்ணுக்கா உங்கள் ஆதரவு?

பிராமணர் (4): அரங்கனுக்கும் சேரியில் கோயில் கட்டி விடுங்கள். அதுதான் மீதி.

(அருச்சகர் (2) புன்னகை செய்கின்றனர்.)

பிராமணர் (1): என்ன சிரிப்பு?

அருச் (1): நேற்று அத்தனை ஆட்களும் ஸ்ரீபெரும் புதூர்காரன் பக்கம் . . . வேறு என்ன செய்திருக்க முடியும்?

அருச்(2): அரங்கன் நடு வீதியிலேயே இருந்திருந்தால், யாருக்கு அவமானம்?

அருச்(1): ராமாநுஜனைச் சமாளிக்க வேறு வழி இருக்கிறது.

அருச்(2): உறுதியான, இறுதியான வழி.

பிராமணர் (1): என்ன வழி?

அருச் (1): அவசரப்படாதீர்கள்.

பிராமணர் (2): பிராமணர்கள் கட்டிக் காத்த ஸ்ரீ வைஷ்ணவம் இன்று . . .

பிராமணர் (3): ஊர்ப் பொதுச் சொத்து.

பிராமணர் (4): பள்ளு, பறை எல்லாரும் இன்று பிராமணன்.

பிராமணர் (1): ஆளவந்தாரை நம்பி

பிராமணர் (2): மோசம் போனோம்.

பிராமணர் (3): அவருக்கு அந்திமக் காலத்தில்

பிராமணர் (4): புத்தி பேதலித்ததோ?

அருச் (1): அவசரப்படாதீர்கள்.

அருச் (2): வழி இருக்கிறது.

(பொறுமையை இழந்து)

அருச் (2): நேற்று திட்டமிட்டுத்தான் அவ்வாறு நாடகமாடினோம்.

பிராமணர் (2): என்ன வழி?

அருச் (1),(2): உறுதியான, இறுதியான வழி.

(அவர்கள் பிராமணர் (1) காதில் ஏதோ கூறுகின்றனர். மற்றவர்கள் (2), (3), (4) அருகில் சென்று கேட்கின்றனர்.

பிராமணர்கள் (1), (2), (3), (4) முகம் பிரகாசமடைகின்றது.)

பிராமணர் (1): நீங்களும் உடையவன் பக்கமோ என்று பயந்தோம்.

பிராமணர் (2): அபசாரம் ...

பிராமணர் (3): நல்ல திட்டம், நல்ல யோசனை.

பிராமணர் (4): மனுநீதி சாகாது.

(இருள்)

காட்சி-4

(திரை விலகும்போது அரங்கத்தின் ஒளி வெள்ளம் மக்கள் கூடி வீதியில் செல்கின்றார்கள் என்பதற்கான ஒலிக் குறிப்பு, நாதஸ்வர இசை.

சில விநாடிகளுக்குப் பிறகு அரங்கத்தின் இடப்புறத்திலிருந்து ஓர் ஆணும் பெண்ணும் வருகின்றனர்.

மிகவும் அழகான பெண். பொன்னிறத் திருமேனி.

ஆண், அகன்ற தோளுடைய நெடிய உருவத்தினர். கரிய திருமேனி, போர் வீரரைப் போன்ற தோற்றம்.

அவர் அப்பெண்ணின் மீது வெயில் படக்கூடாதென்பதற்காகக் குடை பிடித்து வருகிறார். காதல் மீதூர அவள் முகத்தையே பார்த்துக்கொண்டு நடக்கிறார்.

அவர்கள் அரங்கத்தை ஒரு சுற்று சுற்றிய பிறகு, வலக்கோடியைச் சென்றடையும்போது, இடப்புறத்திலிருந்து, ராமாநுஜரும் இரண்டு சிஷ்யர்களும் வருகின்றனர்.

சிஷ்யர்கள் ஆச்சரியத்துடன் அந்தத் தம்பதிகளை நோக்குகின்றனர்.

உடையவர் முகத்தில் புன்னகை.

ராமாநுஜரையும், அவர் சிஷ்யர்களையும் அத்தம்பதி கவனிக்கவில்லை. வலப்பக்கமாய்ச் சென்றுவிடுகின்றனர்.)

சிஷ்யன் *(1):* யார் அந்தக் கிறுக்கன், பெண்ணுக்குக் குடை பிடித்துக்கொண்டு?

சிஷ்யன் *(2):* *(ஏளனக் குறிப்பு)* வெயிலாய் இருக்கிறதல்லவா, தேவியின் திருமேனி கருகிவிட்டால்?

சிஷ்யன் *(1):* அவனுடைய சரீரத்தைப் போலவா? *(இருவரும் சிரிக்கின்றனர். உடையவர் அவர்களைக் கோபத்துடன் பார்க்கிறார். சிஷ்யர்கள் தலைகுனிகின்றனர்.)*

ராமாநுஜர்: எது கருப்பு, உங்கள் மனமா, அவருடைய நிறமா?

(மௌனம்)

ராமாநுஜர்: அவன் அன்பு செய்யத் தெரிந்தவன். அவன் யாரென்று தெரியுமா?

சிஷ்யன் *(1), (2):* தெரியாது.

ராமாநுஜர்: அகளங்கச் சோழனின் மெய்க்காப்பாளன் உறங்காவில்லி. அவள் அவன் மனைவி பொன்னாச்சி. அழகை உபாசிக்கிறான், அது தப்பா?

சிஷ்யர்*(1):* ம . . .னை . . .வி..? *(இழுக்கிறான்)*

ராமாநுஜர்: மனைவியாயிருந்தா என்ன, அரங்கனாயிருந்தால் என்ன, அழகு அழகுதான். இந்தப் பெண்ணிடம் உள்ளழகு, புற அழகு இரண்டு மிருக்கிறது. அவர்களிருவரையும் நான் கூப்பிடுவதாக அழைத்து வாருங்கள்.

(இவர்கள் பேசும்போது, நாதஸ்வர இசை தொடர்ந்து மெல்லிழையாய்க் கேட்டுக்கொண்டேயிருக்கிறது.

சிஷ்யர்கள் இருவரும் வலப்புறம் நோக்கிச் செல்கின்றனர்.

உடையவர் சிந்தனையிலாழ்ந்து, சில கணங்கள் உலாவுகிறார்.

அப்பொழுது திருவரங்கப் பெருமாள் அரையர் இடப்பக்கத்திலிருந்து ராமாநுஜரை நோக்கி வேகமாக வருகின்றார். ராமாநுஜர் அவரைப் பார்த்துப் புன்னகை செய்கிறார் . . .)

ராமாநுஜர்: அரையரே, என்ன இவ்வளவு அவசரம்?

அரையர் *(பதற்றத்துடன்):* உடையவரே, நேற்று. *(சொல்ல வந்ததை முடிக்க முடியாமல் கண்கள் பனித்துத் தடுமாறுகிறார்)*

(ராமாநுஜர் அவர் தோள்மீது கை வைத்துப் புன்னகை செய்கிறார்)

அரையர்: உண்மையா, ஸ்வாமி?

ராமாநுஜர் *(புன்னகையுடன்):* இறைவன் என்னை உடனே அழைத்துக்கொள்ள விரும்பவில்லை. கோயில் அர்ச்சகர்களின் கொலை முயற்சி தோல்வியடைந்தது.

(அவர் கண்களை மூடிக்கொள்கிறார். இருள் . . . சில விநாடிகளுக்குப் பிறகு மேடையில் நீலநிற ஒளி.

பின் அரங்கத்தின் வலக்கோடியருகே கையில் பிச்சைப் பாத்திரத்துடன் ராமாநுஜர் நிற்கின்றார், பாடுகிறார்)

'உந்துமதக் களிற்றன் ஓடாத தோள்வலியன்
நந்தகோபன் மருமகளே! நப்பின்னாய்!
கந்தம் கமழும் குழலீ கடைதிறவாய்
வந்தெங்கும் கோழி அழைத்தனகாண் மாதவிப்
பந்தல்மேல் பல்கால் குயிலினங்கள் கூவினகாண்
பந்தார் விரலி! உன் மைத்துனன் பேர்பாட

செந்தாமரைக் கையால் சீரார் வளையொலிப்ப
வந்து திறவாய் மகிழ்ந்தேலோ ரெம்பாவாய்'

(அவர் பாடி முடித்தவுடன் ஒரு பெண்மணி – நடுத்தர வயது – அவள் முகத்தில் எல்லையற்ற சோகம் – கையில் பாத்திரத்துடன் வருகிறாள்.

ராமாநுஜர் புன்னகை.

பெண்மணியின் கை அன்னமிடும்போது நடுங்குகிறது. கண்கள் பனிக்கின்றன...)

ராமாநுஜர்: ஏன் சோகம்! வீட்டில் ஏதாவது..?

(மௌனம். கண்களிலிருந்து நீர் பெருகி ஓடுகிறது. பேச இயலாமல் உள்ளே விருட்டென்று சென்றுவிடுகிறாள். ராமாநுஜர் ஒன்றும் புரியாமல் அவள் போன திசையை நோக்குகிறார். கையிலிருக்கும் அன்னத்தைப் பார்க்கிறார். சிறிது அன்னத்தை எடுத்து மோந்து முகத்தில் வேதனையுடன் கண்களை மூடிக் கொள்கிறார். அப்பொழுது பெரிய நம்பி அங்கு வருகிறார். ராமாநுஜர் அருகில் வந்து அவர் வேதனையுடன் கண்கள் மூடிய நிலையில் நிற்பதைக் கண்டு திகைக்கிறார்.)

பெரிய நம்பி: உடையவரே . . . ஏன் இப்படி . . . *(ராமாநுஜர் பிச்சைப் பாத்திரத்தை அவரிடம் காட்டுகிறார். பெரிய நம்பி ஒன்றும் புரியாமல் ராமாநுஜரைப் பார்க்கிறார்.)*

ராமாநுஜர்: நஞ்சு கலந்த உணவு. என்னைக் கொல்ல அர்ச்சகர்களுடைய சதி. இந்த வீட்டம்மாளால் இதைத் தாங்கிக்கொள்ள முடியவில்லை. கண்ணீரை சாட்சியாக்கி உள்ளே போய் விட்டார்.

பெரிய நம்பி: *(கலவரத்துடன்)* ஏன் இந்த சதி?

ராமாநுஜர்: அன்று உங்கள் மகள் அத்துழாய் அரங்கனை நடுவீதியில் நிறுத்தி வைத்தபோது அர்ச்சகர்கள் திட்ட மிட்ட சதியாக இருக்க வேண்டும். அன்றே நான் சந்தேகித்தேன். உறுதியாகிவிட்டது. மனிதப் பிறவி எனக்கு மிகவும் பிடித்திருக்கிறது. அவ்வளவு சுலபமாக நான் சாக விரும்பவில்லை. *(புன்னகை செய்கிறார்).*

(இருள் . . . ராமாநுஜரும் அரையரும் முன்பு நின்ற நிலை யிலேயே நிற்கின்றனர். ராமாநுஜர் கண்களைத் திறக்கிறார்)

அரையர்: உங்களைக் கொல்லத் துணிந்த அர்ச்சகர்கள் ஊரைவிட்டே ஓடிவிட்டனர். இப்பொழுதுதான் காரணம் புரிகிறது.

ராமாநுஜர்: என்ன காரணம்?

அரையர்: குற்றமுள்ள நெஞ்சு . . .

ராமாநுஜர்: *(இடைமறித்து)* அவர்கள் அவ்வளவு கண்ணியமானவர்கள் அல்லர். கோயில் சொத்தை அவர்கள் களவாடியிருக்கிறார்கள். அதற்கான சான்று என்னிடம் இருக்கிறது. கொலைக் குற்றமும் சேர்ந்துவிட்டால் என்ன ஆகுமென்று பயந்து ஓடிவிட்டனர். (அப்பொழுது சிஷ்யர்கள் (1), (2) உறங்காவில்லி, பொன்னாச்சி ஆகிய நால்வரும் வலப்பக்கத்திலிருந்து வருகின்றனர். உறங்காவில்லியும், பொன்னாச்சியும் உடையவர் பாதங்களைத் தொட்டு வணங்குகின்றனர். *(ராமாநுஜர் உறங்கா வில்லியைத் தொட்டு எடுத்து நிறுத்துகின்றார்)*

ராமாநுஜர் *(புன்னகையுடன்):* குடை எங்கே?

உறங்காவில்லி: வெயில் இப்பொழுது சற்றுத் தணிந்திருக்கிறது.

பொன்னாச்சி: அவர் எனக்குக் குடை பிடித்து வருவது எனக்குப் பிடிக்கவில்லை; அவரை என்னால் தடுத்து நிறுத்த முடியவில்லை, உடையவரே.

ராமாநுஜர்: எதற்காகத் தடுத்து நிறுத்த வேண்டும்? அன்புக்குத் தடை உத்தரவு போட இயலாது. உறங்காவில்லி அழகை ஆராதிக்கிறவன். அப்படித்தானே?

உறங்காவில்லி: ஆமாம்.

ராமாநுஜர்: பொன்னாச்சியின் அழகைப் போல் வேறு அழகு எதையும் நீ பார்த்ததில்லையா?

உறங்காவில்லி: இல்லை . . . அப்படி ஓர் அழகு இருக்கவும் முடியாது.

ராமாநுஜர்: என்னுடன் வா காட்டுகிறேன். *(உறங்காவில்லி பொன்னாச்சியைப் பார்க்கிறார் . . .)*

பொன்னாச்சி: போய் வாருங்கள். உடையவர் உங்களுக்கு நல்லதைத்தான் சொல்வார்.

ராமாநுஜர்: நீயும் வா . . . அரையரே, நீங்களும் வாருங்கள். *(இருள். சில விநாடிகளுக்குப் பிறகு அரங்கத்தின் பின்புறத்தில் நீண்டு சயனித்திருக்கும் அரங்கனின் நிழலுருவத் தோற்றம். முன் அரங்கத்தின் நடுப் பகுதியில் ராமாநுஜர், உறங்காவில்லி, பொன்னாச்சி, அரையர், அந்நிழலுருவத் தோற்றத்தைத் தரிசித்து நிற்கின்றனர்.)*

ராமாநுஜர்: அங்கே பார் . . . அரங்கனின் கண்களை, தாமரைப் பூவைப் போன்ற அளவிற்றாயினும் கடலினும் ஆழமாய் இருக்கின்றன. அப்பவளச் செவ்வாயை உற்றுப் பார். அந்த நீலமேனி அப்பப்பா . . . என்ன காட்சி. அற்புதம்! நீலக்கடல் எரியுண்டது போல், தாமரைக் கண்கள், முகம், சுதர்ஸன ஆழி.

(ராமாநுஜர் அரையரைப் பார்க்கிறார். அவர் பாடத் தொடங்கிவிடுகிறார். கோயில் மணி)

தொண்டல் வண்ணனைக் கோவலனாய் வெண்ணெய்
உண்ட வாயன் என்னுள்ளம் கவர்ந்தானை அண்டர்கோன்
அணி அரங்கன் என்ன முதினைக் கண்டகண்கள்
மற்றொன்றினைக் காணாவே.

(உறங்காவில்லி மெய்மறந்து நிற்கிறார். அவர் கைகள் பொன்னாச்சியின் கைகளை இறுகப் பற்றுகின்றன பொன்னாச்சியின் கண்களில் ஆனந்தக் கண்ணீர்.)

ராமாநுஜர்: புவன சுந்தரனே பிரபஞ்சமயமாய் நிற்கிறான்.

(மௌனம்)

ராமாநுஜர்: *(தொடர்ந்து)* நேசிக்கத் தெரிந்தால் பிரபஞ்சம் அழகு.

(மௌனம்)

ராமாநுஜர்: பிரபஞ்சமே நாம் என்று உணர்ந்தால், பேதத்துக்கே இடமில்லை. இதுவரை குறுகியிருந்த உன் பிரபஞ்சம் இப்பொழுது விசாலமாய்த் தெரிகிறதா, உறங்காவில்லி?

உறங்காவில்லி: *(கண்களைத் திறந்தவாறு)* ஆம். ஸ்வாமி.

(உறங்காவில்லி உடையவரின் பாதங்களைத் தொட்டு வணங்க முற்படுகின்றார். அவர் தடுத்து நிறுத்துகின்றார்.)

ராமாநுஜர்: சரி, வா போகலாம்.

(இருள். சில விநாடிகளுக்குப் பிறகு ராமாநுஜர் உறங்காவில்லியின் தோள் மீது தம் கையை வைத்துக்கொண்டு பின் அரங்கப்புறத்திலிருந்து வருகிறார். அருகில் அரையர், பொன்னாச்சி முன் வலப்புறத்திலிருந்து சிஷ்யர்கள் (1), (2) வருகின்றனர். ராமாநுஜரும், மற்றவர்களும் அவர்களைக் கவனிக்கவில்லை . அவர்கள் இடப்புறமாக வெளியேறுகின்றனர்.)

சிஷ்யன் (1): என்ன உடையவர் இப்படி ?

சிஷ்யன் (2): ஆமாம் அதுதான் புரியவில்லை.

சிஷ்யன் (1): நீராடிய பிறகு மறவன் தோளிலா அவர் கை இருக்க வேண்டும் ?

சிஷ்யன் (2): இன்னொன்று தெரியுமா ?

சிஷ்யன் (1): காவிரியில் நீராடப் போகுமுன் பார்த்திருக்கிறாயா ?

சிஷ்யன் (2): அந்தணர் கூரேசர் தோளின் மீது கை !

சிஷ்யன் (1): நீராடிய பிறகு.

சிஷ்யன் (2): மறவன் தோளில் கை !

சிஷ்யன் (1): கோயிலுக்குப் போய்விட்டு வருகிறார்கள் போலிருக்கிறது.

சிஷ்யன் (2): *(வலப்புறம் நோக்கி)* அதோ உடையவர் தனியே வருகிறார்.

சிஷ்யன் (1): இதைப் பற்றி அவரையே கேட்டு விடுவோம்.

சிஷ்யன் (2): எது வேண்டுமானாலும் கேட்கலாமென்று அவரே சொல்லியிருக்கிறாரே.

சிஷ்யன் (1): மனத்தடை கூடாது என்பதுதானே அவர் சித்தாந்தம்.

சிஷ்யன் (2): கேள்வியே அறிவின் ஆரம்பம் என்பதுதானே அவர் தத்துவம்? *(உடையவர் வருகிறார். சிஷ்யர்கள் வணங்குகின்றனர். அவர்களது தோளில் கை வைத்துப் புன்னகை செய்கிறார் அவர்)*

சிஷ்யன் (1): உடையவரே ஒரு சந்தேகம்.

ராமானுஜர்: நம் தத்துவ தரிசனம் பற்றியா?

சிஷ்யன் (2): இல்லை. காவிரியில் நீராடுவதற்கு முன் அந்தணர் கூரேசர் மீது உங்கள் கை.

சிஷ்யன் (1): நீராடிப் பரிசுத்தமான பிறகு, மறவன் உறங்காவில்லி மீது உங்கள் கை.

சிஷ்யன் (1), (2): இதுதான் எங்களுக்குப் புரியவில்லை .

ராமானுஜர் *(புன்னகையுடன்)*: உங்களுக்கு நம் தத்துவ தரிசனமும் புரியவில்லை என்று எனக்குப் புரிகிறது.

சிஷ்யன் (1): தத்துவ தரிசனம் புரிகிறது. ஸ்வாமி . . . சித், அசித், ஈஸ்வரன் . . .

ராமானுஜர்: *(இடைமறித்து)* போதும் . . . வாழ்க்கையும் தத்துவமும் வெவ்வேறல்ல என்பது உங்களுக்குப் புரியவில்லை. இப்பொழுது நேரமில்லை. பிறகு விளக்குகிறேன்.

(போய்விடுகிறார். அவர் போன திசையை சிஷ்யர்கள் பார்த்துக்கொண்டே நிற்கின்றனர். இருள் . . .

சில கணங்களுக்குப் பிறகு, வெளிவரும்போது முந்தைய காட்சியில் பார்த்த சிஷ்யர்கள் (1), (2) கையில் கிழிந்த வேட்டியுடன் கோபத்துடன் நிற்கின்றனர்.)

சிஷ்யன் (1): என்ன அக்கிரமம், யார் இந்த வேஷ்டியைக் கிழித்துப் போட்டிருக்கிறார்கள்.

சிஷ்யன் (2): அவன் யாரென்று தெரிந்தால் சும்மாவிடக் கூடாது.

சிஷ்யன் (1): கயவன்.

சிஷ்யன் (2): அயோக்கியன்.

சிஷ்யன் (1): பொறாமைக்காரன்.

சிஷ்யன் (2): புது வேட்டி ...

சிஷ்யன் (1): நஷ்டத்தை யார் ஈடு செய்வது?

(உடையவர் அப்பொழுது இடப்புறத்திலிருந்து வருகின்றார்.)

சிஷ்யன் (1), (2): *(கோபத்துடன்)* எங்கள் வேட்டி ...

ராமானுஜர்: *(இடைமறித்து)* கேட்டுக்கொண்டுதான் வருகிறேன். உங்கள் கோபம் புரிகிறது. அதைப் பற்றி விசாரிப்போம், சரி எனக்காக நீங்கள் ஒன்று செய்ய வேண்டும்.

சிஷ்யன் (1): *(சற்று ஏமாற்றத்துடன்)* என்ன?

(மௌனம்)

சிஷ்யன் (2): சொல்லுங்கள்.

ராமானுஜர்: இன்றிரவு நீங்கள் இருவரும் உறங்காவில்லியின் வீட்டுக்குப் போய் ... *(நிறுத்துகிறார்) (மௌனம்)*

சிஷ்யன் (1): போய்..?

ராமாநுஜர்: பொன்னாச்சி உறங்கும்போது அவள் அணிந்திருக்கும் நகைகளைத் திருடிக் கொண்டுவர வேண்டும் . . .

சிஷ்யன் (1, 2): *(திடுக்கிட்டு)* திருட வேண்டுமா? என்ன சொல்லுகிறீர்கள், உடையவரே . . .

ராமாநுஜர்: புரியவில்லையா?

சிஷ்யர்கள் (1, 2): உறங்காவில்லி..?

ராமாநுஜர்: அதுதான் உங்கள் ஆட்சேபணையா? பயப் படாதீர்கள். அவன் அகளங்கச் சோழனுக்குப் பாதுகாவலாகச் சென்றிருக்கிறான். இன்றிரவு தான் திரும்புகிறான். அதற்குள் நீங்கள்

போய் . . .

சிஷ்யர்கள் (1, 2): எதற்காகத் திருட வேண்டும்?

ராமாநுஜர்: விருப்பமில்லாவிட்டால் . .?

சிஷ்யர்கள் (1, 2): செய்கிறோம் . . .

(இருள்.)

சில கணங்களுக்குப் பிறகு மங்கலான ஒளி. பொன்னாச்சி நடு மேடையில் ஒருக்கணித்துப் படுத்திருக்கிறாள். தூங்குகிறாள்.

சில விநாடிகளுக்குப் பிறகு பின் மேடை இடப்புறத்திலிருந்து அடி மேல் அடி வைத்து சிஷ்யர்கள் (1), (2) வருகிறார்கள்.)

சிஷ்யன் (1): *(கீழ்க்குரலில்)* தூங்குகிறாள் . . .

சிஷ்யன் (2): *(பின் மேடை இடப்புறத்து ஓரமாக நின்று கொண்டே கீழ்க்குரலில்)* சரி . . . நான் இங்கிருந்து யாராவது

வருகின்றார்களா என்று பார்த்துக் கொண்டு நிற்கிறேன். நீ போய் . . .

சிஷ்யன் (1): *(அழுத்துக்கொண்டே)* என்ன தர்ம சங்கடம்..!

சிஷ்யன் (2): கவனம் . . . அவளை எழுப்பிவிடாதே . . .

(இவர்கள் வந்திருப்பது, பேசுவது எல்லாம் பொன்னாச்சிக்குத் தெரிந்துவிட்டது போன்ற அவள் முகபாவனை. ஆனால், அவள் அசையாமல் படுத்திருக்கிறாள். சிஷ்யன் (1) அவளருகில் சென்று அவள் கை வளையல்களை மிகவும் கவனத்துடன் கழற்றுகிறான். சிஷ்யன் (2) வெளிப்புற வாசலைப் பார்த்துக்கொண்டு நிற்கிறான்.

பொன்னாச்சி மெதுவாக மறுபுறம் திரும்பிப் படுக்கிறாள்.

சிஷ்யன் (1) பயந்துகொண்டு ஓடுகிறான். சிஷ்யன் (2) அவன் ஓடி வருவதைப் பார்த்துத் தானும் ஓடுகிறான். பொன்னாச்சி எழுந்து உட்கார்ந்துகொண்டு புன்னகை செய்கிறாள். இருள்.

மங்கலான ஒளி வரும்போது சிஷ்யர்கள் இருவரும் படுத்திருக்கும் உடையவர் முன் ஓடி வருகிறார்கள். அவர்கள் ஓடி வருவதைப் பார்த்து, உடையவர் எழுந்து உட்காருகிறார்.

சிஷ்யன் (1) வளையல்களை அவரிடம் கொடுக்கிறான் . . .)

சிஷ்யன் (1): திருடியாகிவிட்டது.

ராமாநுஜர்: விவரமாகச் சொல்.

சிஷ்யன் (2): நான் காவல்காத்தேன். அவன் திருடினான். அவள் மறுபுறம் திரும்பிப் படுத்தாள். ஓடி வந்துவிட்டோம்.

ராமாநுஜர்: அவசரப்பட்டுவிட்டீர்கள். மறுபடியும் போய் அங்கு என்ன நடக்கிறதென்று பார்த்துவிட்டு வந்து சொல்லுங்கள்.

சிஷ்யன் (1), (2): மறுபடியுமா? *(தயக்கத்துடன்)*

ராமானுஜர்: ஆமாம், *(கண்டிப்பான குரலில்)*

(உடையவர் அவர்களிடமிருந்து வேறு எந்த பதிலையும் எதிர்பார்க்காமல் படுத்துக்கொண்டுவிடுகிறார். சிஷ்யர்கள் தயங்கிக்கொண்டே போகிறார்கள்.

இருள். மங்கலான ஒளி வரும்போது, பின் மேடை இடப்புறக் கோடியில் சிஷ்யர்கள்.

நடு மேடையில் உறங்காவில்லியும், பொன்னாச்சியும். உறங்காவில்லி கோபத்துடன் காணப்படுகிறார்.)

உறங்காவில்லி: *(கோபத்துடன்)* மறுபுறம் திரும்பிப் படுத்துக் கொண்டாயா?

பொன்னாச்சி: இன்னொரு கை வளையலைக் கொடுக்கலா மென்றுதான். பாவம், ஏழை . . .

உறங்காவில்லி: *(இடைமறித்து)* இது என் வளையல், இன்னொரு வருக்குக் கொடுக்கின்றோம் என்ற உன் உடைமைத் திமிரினால் அவர்கள் பயந்து ஓடிவிட்டார்கள் ! !

பொன்னாச்சி: என்ன சொல்லுகிறீர்கள்?

உறங்காவில்லி: உன் அகந்தை அவர்களை விரட்டிவிட்டது.

பொன்னாச்சி: *(வருத்தத்துடன்)* தவறு என்னுடையதுதான் ஸ்வாமி. அடக்கம் கற்றுக்கொடுத்து வராது. இயல்பாக வர வேண்டும்.

சிஷ்யர்கள் இருவரும் போகின்றனர். இருள்.

காலை ஒளி . . .

ராமாநுஜர் முன் மேடை இடப் பக்கத்திலிருந்து வருகிறார். அவருடன் அரையர்.

முன் மேடை வலப் பக்கத்திலிருந்து சிஷ்யர்கள் ஓடி வந்து, அவர் பாதங்களில் விழுந்து இறுகப் பற்றுகிறார்கள். அவர்கள் முகத்தில் தவறு செய்துவிட்டோமென்ற குற்ற உணர்வு).

ராமாநுஜர்: என்ன நடந்துவிட்டது, எழுந்திருங்கள்.

சிஷ்யர்கள்: *(ஒரே குரலில்)* நேற்றிரவே சந்திக்க முயன்றோம். நீங்கள் தூங்கிவிட்டீர்கள்.

ராமாநுஜர்: என்ன விஷயம்?

சிஷ்யர் (1): நேற்றிரவு உறங்காவில்லி வீட்டுக்குப் போன போது, அவர் பொன்னாச்சியைக் கோபித்துக் கொண்டிருந்தார்.

சிஷ்யர் (2): 'என்னுடைய பொருள், கொடுக்கின்றேன்' என்ற அவள் அகந்தையினால் பொன்னாச்சி திரும்பிப் படுத்ததுதான் எங்களை விரட்டிவிட்டது என்றார்.

சிஷ்யன் (1): எப்பேர்ப்பட்ட மாமனிதர் அவர்!

ராமாநுஜர்: *(ஏளனக் குரலில்)* மறவர்!

சிஷ்யர் (2): மன்னிக்க வேண்டும். உடையவரே!

ராமாநுஜர்: *(ஏளனக் குரலில்)* நீங்கள் அந்தணர்கள்!

சிஷ்யன் (1), (2): *(நிற்கின்றனர் தலை குனிந்து.)*

ராமாநுஜர்: *(ஏளனம்)* நான் நீராடிப் பரிசுத்தமான பிறகு மறவன் தோள்மீது கை வைத்துக்கொண்டு வருவது தப்பு!

(மௌனம்)

ராமாநுஜர்: பரிசுத்த அந்தணர்களாகிய நீங்கள் சாதாரண வேட்டி ஒன்றைக் கிழித்தவன் மீது எவ்வளவு கோபப்பட்டீர்கள்?

(மௌனம்)

ராமாநுஜர்: *(புன்னகையுடன்)* வேட்டிதான் உங்கள் தத்துவ தரிசனம்.

(மௌனம்)

ராமாநுஜர்: *(புன்னகையுடன்)* வேட்டியைக் கிழித்தவன் கயவன், அயோக்கியன், பொறாமைக்காரன்.

(மௌனம்)

ராமாநுஜர்: பிரும்மத்தை உணர்ந்தவர்கள், ஒரு வேட்டி கிழிந்ததற்காகக் கூச்சலிடுகிறார்கள். சாபம் கொடுக்கிறார்கள் . . . ஆனால் ஒரு மறவன், அகந்தை ஏதுமில்லாமல் பொன் அணிகளை ஏன் தந்திருக்கக் கூடாதென்று மனைவியைக் கோபிக்கிறான்! பிரும்மத்தை உணர்ந்தவன் யாரென்று இப்பொழுதாவது தெரிகிறதா?

(மௌனம்)

ராமாநுஜர்: வைஷ்ணவ சமுதாயத்தில் பிராமணன் என்றும் மறவன் என்றும் யாரும் இல்லை . . . இப்பொழுதுதாவது உணர்ந்தீர்களா?

(அப்பொழுது உறங்காவில்லியும் பொன்னாச்சியும் அங்கு வருகிறார்கள். சிஷ்யர்கள் உறங்காவில்லியின் கால்களில் விழுந்து வணங்குகிறார்கள். அவர் திடுக்கிட்டு ராமாநுஜரைப் பார்க்கிறார். ராமாநுஜர் புன்னகை செய்கிறார். அரையர் பாடுகிறார் . . .)

அமர வோங்க மாறும் வேதமோர் நான்கும் ஓதி
தமர்களில் தலைவராய சாதி அந்தணர் களேலும்
நுமர்களைப் பழிப்பாராகில் நொடிப் பதோரளவில் ஆங்கே
அவர்கள்தாம் புலையர் போலும் அரங்கமா நகருளானே

(இருள் . . .)

காட்சி-5

(திரை விலகும்போது, சில விநாடிகள் இருள். ஒளி வரும் போது ராமாநுஜர், கிடம்பி ஆச்சான், கூரேசர், முதலியாண்டான், இன்னும் இரண்டு சிஷ்யர்கள் முன் அரங்கத்தின் இடக்கோடி வழியே அரங்கத்துக்குள் நுழைகின்றனர்.

பின்னணியில் திருமங்கை மன்னர் பாசுரம் இசையாய்ப் பெருகிக்கொண்டிருக்கிறது.

இசையைக் கேட்டு மெய்மறந்த நிலையில் ராமாநுஜரும் மற்றவர்களும் மெதுவாய் நடந்து செல்கிறார்கள். காலைப் பொழுது.)

இசை:

வானவர் தங்கள் சிந்தைபோல் என் நெஞ்சகம் இனிது வந்து
மாதவ
மானவர் தங்கள் சிந்தை அமர்ந்துறைகின்ற எந்தை
கானவரிருகாரகில் புகை ஓங்கும் வேங்கடமேவி மாண்குறளான
அந்தணற்கு இன்று அடிமைத் தொழில் பூண்டாயே

ராமாநுஜர்: அதோ . . . 'கானவரிரு காரகில் புகை'. இதுதான் திருவேங்கடமென்று நமக்கு அறிவிக்கும் அடையாளம்!

ஆழ்வார்கள் புனிதப் பாதம் பட்ட இதுதான் வைகுண்டம். நம் சிஷ்யர்கள் யக்ஞேசனும், வரதனும் அஷ்டசகஸ்ரத்தில் இங்குதான் இருக்கிறார்கள். முதலில் வரதன் இல்லம் செல்வோம்.

அவர்கள் அரங்கத்தை இரு முறை சுற்றி வருகிறார்கள். மூன்றாம் முறை வரும்போது முன் அரங்கத்தின் இடக்கோடியில் சற்று நிற்கிறார்கள். அப்பொழுது கிடம்பி ஆச்சான் பின் அரங்க வலக் கோடியைக் கையைக் குடையாகக் கவிழ்த்துப் பார்க்கிறார்.)

கிடம்பி ஆச்சான்: அதோ ஒரு சிறு குடில். ஒருவேளை வரதன் ...

ராமாநுஜர்: இருக்கலாம், வாருங்கள் போகலாம்.

(அவர்கள் அப்பகுதியை நோக்கிச் செல்கிறார்கள். அவ்விடத்தருகே சற்றுத் தள்ளி நிற்கிறார்கள்).

(மிருதுவான குரலில்)

கிடம்பி ஆச்சான்: ஸ்வாமி

(மௌனம்)

கூரேசர்: யாருமில்லையோ?

(சற்று எட்டிப் பார்த்து)

கிடம்பி ஆச்சான்: இருப்பதுபோல் தெரிகிறது ஸ்வாமி.

பெண் குரல்: யார் வேண்டும்?

கிடம்பி ஆச்சான்: உடையவரும் அவர் சிஷ்யர்களும் வந்திருக்கிறோம். வரதன் அகத்தில் இல்லையோ?

பெண்குரல் *(மிக்க மகிழ்ச்சியுடன்):* வாருங்கள், வாருங்கள். வரதன், வீட்டிலில்லை . அதற்காக, நீங்கள் திரும்பிப் போய்விடக் கூடாது. உடையவரே, நீங்கள் உள்ளே வந்து என்னை கௌரவிக்க வேண்டும். ஆனால் . . . *(தயக்கம்)*

ராமாநுஜர்: சொல்லம்மா, தயக்கம் வேண்டாம்.

பெண்குரல்: நான் உங்கள் சிஷ்யரின் மனைவி.

ராமாநுஜர்: பெயர் பருத்திக்கொல்லை, தெரியும்.

பெண்குரல் *(ஆச்சாரியத்தில்):* உடையவர் அறியாதது எதுவுமில்லையா ?

ராமாநுஜர்: வரதனின் ஏழைமையைப் பற்றியும் அறிவேன். மேலே சொல்...

பருத்திக் கொல்லை: கிழிந்த மேலாடையுடன் உங்களைச் சந்திக்க . . . *(தயக்கம்)*

(ராமாநுஜர் தம் பரிவட்டத்தை உள்ளே எறிகிறார்)

ராமாநுஜர்: இதை மேலே சுற்றிக்கொண்டு எங்களைச் சந்திக்கலாம்.

(சில விநாடிகளுக்குப் பிறகு அவள் வெளியே வருகிறாள். மிக அழகான பெண். அவள் உடையவரையும் மற்றவர்களையும் வணங்குகிறாள்)

பருத்திக் கொல்லை: என் இக்கட்டான நிலையைப் புரிந்துகொண்டு எனக்கு உதவி செய்ததற்கு நான் எப்படி நன்றி சொல்வேன் !

ராமாநுஜர்: வரதன் பிறப்பில் பிராமணன், கொள்கையில் வைணவன். இப்பெண் பிறப்பில் பிராமணப் பெண் அல்லள்.

கொள்கையில் வைணவப் பெண். இருவரும் மணக்க இதுவே போதுமான காரணம். *(புன்னகையுடன்)* அப்படித்தானே அம்மா?

(அப்பெண் நாணத்தால் முகம் சிவக்கிறாள்.)

ராமாநுஜர்: இவர்கள் தாம்பத்தியத்தின் மேன்மையை நீங்களும் உணர வேண்டும். இன்று இவர்கள் இல்லத்தில் தான் நமக்கு உணவு.

பருத்திக் கொல்லை *(மிகுந்த மகிழ்ச்சியுடன்):* ஸ்வாமி, இதுவே என் பாக்கியம்.

ராமாநுஜர்: சரி, நாங்கள் நீராடிவிட்டு வருகிறோம். அதற்குள் வரதனும் வந்துவிடுவான் அல்லவா? வாருங்கள் போகலாம்.

(அவர்கள் போய்விடுகிறார்கள். அவர்கள் போன பிறகு, பருத்திக்கொல்லையின் முகத்தில் கவலையின் ரேகைகள். மற்றைய பகுதிகளில் இருட்டு. ஒளிவட்டம் அவள் மீது அவள் சிந்தனையில் ஆழ்கிறாள்.)

பருத்திக்கொல்லையின் குரல்: வீட்டில் ஒரு குந்துமணி அரிசிகூட இல்லையே! உஞ்ச விருத்திக்குச் சென்றிருக்கும் என் கணவர் கொண்டுவரப்போவது எங்களிருவருக்கே காணாது! உடையவரே உண்ண வருகிறோம் எனும்போது வேறு என்ன செய்திருக்க முடியும்? ஹும் . . . என்னசெய்வது? *(மௌனம் . . .)*

(திடீரென்று ஒரு கருத்து உதயமாவதின் அறிகுறியாகக் கண நேர மகிழ்ச்சி. இதைத் தொடர்ந்து வேதனைக் குறிப்பு)

அப்படிச் செய்வது சரியா? அன்பு என்பது உடல் பற்றியதா, உள்ளம் பற்றியதா? என் கணவர் என்னைப் புரிந்து கொள்வாரென்றால் மற்றவர்களைப் பற்றி நான் ஏன் கவலைப்பட வேண்டும்?

சரி, அப்படித்தான் செய்தாக வேண்டும்.

(இருள். சில விநாடிகளுக்குப் பிறகு ஒளிவரும்போது, பின் அரங்கத்தின் மையத்தில் ஒரு நடு வயது வணிகன். ஒரு திண்டில் சாய்ந்த நிலையில் உட்கார்ந்துகொண்டிருக்கிறான். பட்டுப்பாய். அவன் கழுத்தில் தடித்த தங்கச் சங்கிலி, மோதிரங்கள் மின்னுகின்றன. பட்டுப் பீதாம்பரம்.

ஒளிவட்டம் அவன் மீது. மற்றைய பகுதிகளில் இருட்டு. அவன் சிந்தனையிலாழ்ந்திருக்கிறான்.)

வணிகன் குரல்: செல்வமிருந்து என்ன பயன்? அவள் என்னை ஏறெடுத்துப் பார்க்க மறுத்துவிட்டாள். உஞ்ச விருத்தி செய்யும்பஞ்சை பிராமணன் போதும் என்கிறாளே! என்னை ஒதுக்கிவிட்டு நாதியற்ற பார்ப்பானைக் கைப்பிடித் திருக்கிறாள்! பார்ப்பானின் அதிர்ஷ்டம் அவனுக்கு ஸ்ரீதேவி! அவளுக்கு மூத்தவள் எனக்கு..! *(பெருமூச்சு)* ...

(இவ்வாறு நினைத்துக்கொண்டே தலையைச் சாய்த்து உள்ளே பார்க்கிறான். பிறகு கண்களை மூடுகிறான். இருள் ... சில விநாடிகளுக்குப் பிறகு ஒளிவரும்போது முன் அரங்கத்தின் இடக் கோடியில் பருத்திக்கொல்லை நிற்கிறாள். தூங்கும் வணிகனைச் சிறிது நேரம் பார்க்கிறாள்)

பருத்திக்கொல்லை: ஐயா . . . *(வணிகன் கண்களைப் பாதித் திறந்து பார்க்கிறான். பருத்திக் கொல்லையைக் கண்டதும் திடுக்கிட்டு எழுந்து கண்களைக் கசக்கி மீண்டும் அவளைப் பார்க்கிறான்.)*

வணிகன்: நான் காண்பது கனவா? *(மறுபடியும் கண்களைக் கசக்குகிறான். எழுந்து நிற்கிறான்)*

பருத்திக்கொல்லை: கனவில்லை, நனவுதான்

வணிகன் *(அவளருகே சென்று):* நீ எப்படி . . . இங்கே

பருத்திக்கொல்லை: நான் யாசிக்க வந்திருக்கிறேன்.

(வணிகன் திடுக்கிடுகிறான். இவள் என்ன சொல்கிறாள் என்பதுபோல் பார்க்கிறான்)

வணிகன்: நீயா? . . . யாசகமா? எனக்கு ஒன்றும் புரியவில்லை.

பருத்திக்கொல்லை: எனக்கு மளிகைப் பொருள்கள் வேண்டும். திடீரென்று விருந்தினர்கள் வந்திருக்கிறார்கள்.

(வணிகன் மௌனம்)

பருத்திக்கொல்லை: தயவுசெய்து கருணை காட்டுங்கள்.

வணிகன் *(புன்னகையுடன்):* இதன் விலை தெரியுமா?

பருத்திக்கொல்லை: தெரியும்.

(வணிகன் திடுக்கிடுகிறான். சில விநாடிகள் மௌனம்)

பருத்திக் கொல்லை: முதலில் பொருள்களைக் கொடுங்கள். விருந்தோம்புதல் செய்துவிட்டு, பிறகு வந்து கடனைத் தீர்க்கிறேன்.

இந்திரா பார்த்தசாரதி

வணிகன்: உன் கணவன், அந்தப் பார்ப்பனன் . . ..

பருத்திக்கொல்லை: அவர் புரிந்துகொள்வார்.

வணிகன்: உன்னை எப்படி நம்புவது?

பருத்திக்கொல்லை: நம்பிக்கைதான். எனக்கு வேறொன்றும் சொல்லத் தெரியவில்லை.

வணிகன் *(அவள் கைகளைப் பற்றி):* சரி . . . பொருள்களை கடை ஆள்மூலம் உன் வீட்டுக்கு அனுப்புகிறேன் . . . *(இறைஞ்சும் குரலில்)* என்னை ஏமாற்றிவிடாதே.

பருத்திக் கொல்லை *(கைகளை விடுவித்துக்கொண்டு):* பருத்திக்கொல்லை வாக்குத் தவற மாட்டாள்.

(இருள் . . . சில விநாடிகளுக்குப் பிறகு ஒளி வரும்போது, பின் அரங்க வலக்கோடி அருகே, ராமாநுஜர், கூரேசர், கிடம்பி ஆச்சான், முதலியாண்டான், சிஷ்யர்கள் விருந்துண்டு விட்டதின் அடையாளமாக ஈரக்கைகளைத் துடைத்துக்கொண்டு நிற்கிறார்கள்.

பருத்திக்கொல்லையும் வரதனும் முகத்தில் மகிழ்ச்சி பொங்க நிற்கிறார்கள்)

கிடம்பி ஆச்சான் *(சந்தோஷமாக):* அருமையான தளிகை . . . வயிறு புடைக்க உண்டுவிட்டேன்.

ராமாநுஜர்: வரதா, உனக்குத்தான் என் பாராட்டு. இத்தனை அருமையான மனைவி திருவேங்கடவன் அருளால் உனக்குக் கிடைத்திருப்பதற்கு நீ பெருமைப்பட வேண்டும்.

(வரதன் மனைவியைப் பெருமிதத்துடன் பார்க்கிறார்)

கூரேசர்: அம்மா ... கிடம்பி ஆச்சானின் கை வண்ணத்தை நீங்கள் சுவைக்க வேண்டாமா? திருவரங்கத்துக்கு நீங்களிருவரும் அவசியம் வரவேண்டும்.

கிடம்பி ஆச்சான்: கிடம்பி ஆச்சானின் கை வண்ணமா? இந்தத் தளிகைக்கு முன் அது எம்மாத்திரம்! உடையவர் என்னை வேலையை விட்டு அனுப்பிவிடக் கூடாதே என்று வேங்கடவனை நான் வேண்டிக் கொண்டு நிற்கிறேன்.

(எல்லோரும் சிரிக்கின்றனர்)

ராமாநுஜர்: சரி ... வருகிறோம். நாங்கள் வேங்கடவனை தரிசனம் செய்துவிட்டுத் திருவரங்கம் திரும்புகிறோம்.

(அவர்கள் முன் அரங்க இடக் கோடி வழியே போகிறார்கள்.

அவர்களை வழி அனுப்பிவிட்டு வரதன் மனைவியருகே வந்து நிற்கிறார். சில விநாடிகள் மௌனம்.)

பருத்திக்கொல்லை: ஏன் மௌனமாக நிற்கிறீர்கள்?

வரதன்: எனக்கு ஒன்றும் புரியவில்லை . எப்படி உன்னால் விருந்து படைக்க முடிந்தது? வீட்டில் ஒரு குந்துமணி அரிசிகூட இல்லை. உடையவர் பொருள்கள் தந்தாரா?

பருத்திக்கொல்லை: உள்ளே வாருங்கள் சொல்கிறேன்.

(அவர்கள் உள்ளே போகிறார்கள். இருள். ஒளிவரும்போது, வணிகன் ஒரு அரங்கத்தில் உலவிக்கொண்டிருக்கிறான். அவன் முகத்தில் சினம் தெரிகிறது.)

வணிகன் *(உலவிக்கொண்டே கோபத்துடன்):* ஏமாற்றிவிட்டாள் போலிருக்கிறது.

(மௌனம் . . . உலவுகிறான்.)

வணிகன்: பொருள்களைப் பிறகு தந்திருக்க வேண்டும். நான் ஒரு முட்டாள்.

(அப்பொழுது வரதனும், பருத்திக்கொல்லையும் முன் அரங்கத்தின் இடக்கோடியில் வந்து நிற்கிறார்கள்.

உலவிக்கொண்டிருந்த வணிகன், திடுக்கிட்டு இருவரையும் பார்க்கிறான். அவர்கள் உள்ளே வருகிறார்கள்.)

வரதன்: வீட்டுத்தலைவன் தான் வாங்கின கடனைத்தீர்க்கவேண்டும். பொருள்களின் விலையைக் கொண்டுவந்திருக்கிறேன். பெற்றுக்கொள்ளுங்கள்.

வணிகன் *(அதிர்ச்சியுடன்):* என்ன சொல்கிறீர்கள் ?

வரதன்: இவள் உடலைத்தான் நீங்கள் விலையாகப் பெற முடியும். இவள் உள்ளத்தை அன்று. அது ஏற்கனவே எனக்குச் சொந்தம். இருட்டில் பிணத்தைப் புணர்வதுபோல் நீங்கள் இவளைப் புணரலாம். எனக்கு ஆட்சேபணை ஏதுமில்லை.

(வணிகன் அதிர்ச்சியுற்று ஆடாமல் அசையாமல் நிற்கிறான்.)

பருத்திக்கொல்லை: ராமாநுஜருக்கு நாங்கள் விருந்தளித்தோம். அதற்கு நீங்கள் உதவினீர்கள். விருந்தளித்த பேற்றுக்கு நாங்கள் தரும் விலை மிகவும் அற்பமானது. இந்த உடல்தானே உங்களுக்கு வேண்டும் ? எடுத்துக்கொள்ளுங்கள்.

(அவள் வணிகனை நோக்கி முன்னேறுகிறாள். வணிகன் பின் அரங்கம் சென்று மையத்தில், அவர்களுக்கு முதுகைக் காட்டி நிற்கிறான்.)

வரதன் *(போக முற்படுகிறார்):* சரி, நான் வருகிறேன் ஐயா.

வணிகன் *(கரகரத்த குரலில் நிதானமாக):* அம்மாவையும் அழைத்துக்கொண்டு போங்கள். தயவுசெய்து போய்விடுங்கள்.

(இருள் . . . சில விநாடிகளுக்குப் பிறகு ஒளி வரும்போது, ராமாநுஜரும் ஒரு சிஷ்யனும் நின்று கொண்டிருக்கிறார்கள். சிஷ்யன் ஏதோ சொல்வதை ராமாநுஜர் கேட்டுக் கொண்டிருக்கிறார்.)

சிஷ்யன்: . . .இதுதான் நடந்தது. வணிகன் வரதனையும், அவர் மனைவியையும் திருப்பி அனுப்பி விட்டானாம்.அந்தக் கயவனை இறைவன் மன்னிப்பாரா?

(ராமாநுஜர் மௌனமாக நிற்கிறார்.)

ராமாநுஜர் *(சில விநாடிகளுக்குப் பிறகு):* அவனை என்னிடம் அழைத்துவா.

சிஷ்யன்: யாரை? வரதரையா?

ராமாநுஜர்: இல்லை. அந்த வணிகனை.

சிஷ்யன் *(திடுக்கிட்டு):* வணிகனையா?

ராமாநுஜர்: அவன் அடிப்படை கண்ணியம் அவனை விட்டு இன்னும் அடியோடு போய்விடவில்லை. உண்மையான வைணவன் ஆவதற்குத் தகுதி அவனிடமிருக்கிறது.

(இருள் . . .)

காட்சி-6

(அரங்கத்தின் நடுப்பகுதியில் ஒளி, பின் பகுதியில் பின் அரங்கத்தின் மையத்தில் ஆசனப் பலகையில் ராமாநுஜர் உட்கார்ந்திருக்கிறார் என்பதும், அவருக்கருகே கூரேசரும், ஆண்டாள் அம்மாவும் உட்கார்ந்திருக்கிறார்கள் என்பதும் நிழலுருவாய்த் தெரிகிறது.

முன் அரங்கத்தின் ஒளிப்பகுதியில் இரு சிஷ்யர்கள் பேசிக் கொண்டிருக்கிறார்கள்)

சிஷ்யன் *(1):* வெகு நேரமாக, உடையவர் சொல்லிக் கொண்டிருக்கிறார், கூரேசர் எழுதிக் கொண்டிருக்கிறார். அமுதுண்ண நேரமாயிற்று என்று யார் போய்ச் சொல்வது?

சிஷ்யன் *(2):* பிரும்ம சூத்திரங்களுக்கு வியாக்கியானம் எழுதுவ தென்றால், பசிக்கு எங்கே இடமிருக்கிறது?

சிஷ்யன் *(1):* நம் வயிற்றுக்கு உணவு இட வேண்டாமா? உடையவர் உண்ணாமல் நாம் எப்படி சாப்பிடுவது?

சிஷ்யன் *(2):* ஆண்டாள் அம்மாவும் அங்கு உட்கார்ந்திருக்கிறாரே?

சிஷ்யன் *(1):* ஆண்டாள் அம்மாவும் அங்கு இருக்க வேண்டுமென்று உடையவர் சொன்னாராம்.

சிஷ்யன் *(2):* எதற்காக?

சிஷ்யன் *(1):* எதற்காகவா? அந்த அம்மா சாஸ்திரங்களை எல்லாம் கரைத்துக் குடித்திருப்பவர். கணவனுக்கு ஏற்ற மனைவி.

சிஷ்யன் *(2):* அப்படியா?

சிஷ்யன் *(1)*: அது மட்டுமல்ல . . . உடையவர் கருத்தோடு மாறுபட்டால், எடுத்துச் சொல்ல இருவருக்குமே உரிமை யுண்டு. கூரேசர் எழுதத் தொடங்கு முன்பே உடையவரிடம் சொன்னாராம் 'நீங்கள் கூறும் கருத்து ஏதாவதொரு இடத்தில் எனக்கு ஏற்புடையதில்லை என்றால், நான் எழுதுவதை நிறுத்திவிடுவேன்' என்று.

சிஷ்யன் *(2)*: கூரேசரால்தான் அப்படிச் சொல்ல முடியும்.

சிஷ்யன் *(1)*: ஏன் உன்னால்கூட அப்படிச் சொல்ல முடியும். உடையவர் அந்த உரிமையை எல்லாருக்கும் கொடுத்திருக்கிறார். ஆனால் . . .

சிஷ்யன் *(2)*: ஆனால்? . . .

சிஷ்யன் *(1)*: நாம் சொல்ல மாட்டோம். காரணம் . . .

சிஷ்யன் *(2)*: காரணம்?

சிஷ்யன் *(1)*: நமக்கு எவ்வளவு அறிவு இருக்கிறதென்று நமக்கே தெரியும் . . .

(சிரித்துக்கொண்டு இருவரும் முன் அரங்க இடக்கோடி வழியே செல்கிறார்கள். அரங்கம் முழுவதும் ஒளி, ராமாநுஜர் சொல்லிக்கொண்டிருக்கிறார். கூரேசர் எழுதுகிறார்)

ராமாநுஜர்: சித், *(அதாவது ஆத்மா)*, அசித் *(அதாவது, சரீரம்)* ஈஸ்வரனுடைய குணங்கள். ஒரு மலருக்கு மணமும் நிறமும் இருப்பனபோல, கடலுக்கு, அலையும் அலையில் காணும் நீர்த்துளிகளும் இருப்பனபோல.

'இல்லை, இல்லை, இல்லை' என்று உபநிஷதம் கூறும்போது, இந்த இந்த குணங்களாக மட்டும் பிரும்ஹம் இல்லை என்று கூறுகின்றதே தவிர, பிரும்ஹத்துக்குக் குணங்களே இல்லை என்று கூறவில்லை. ஆதலால் 'நிர்குண பிரும்ஹம்' ஏற்க முடியாத கருத்து. ஒரு மண்குடம், மண்ணின் தோற்ற மயக்கம் என்றால், மண் இன்றி, குடத்துக்கு இருக்கை இல்லை என்றுதான் அர்த்தம். பிரபஞ்சமே தோற்ற மயக்கம் என்றால் இறைவனின்றிப் பிரபஞ்சத்துக்கு இருக்கை இல்லை என்றுதான் அர்த்தம். ஆதலால் மாயாவாதம் ஏற்புடையதன்று. சித், அசித், ஈஸ்வரன் ஆகிய மூன்றும், அடிப்படையில் ஒன்றுதான் என்றாலும், சித்தும் அசித்தும் இறைவனுடைய குணங்கள் என்றளவில் அவைகளுக்கு இருக்கை உண்டு; வெறும் தோற்ற மயக்கங்கள் அல்ல. இறைவனே அர்த்தங் களின் எல்லை நிலம். வாழ்க்கை, அதை நோக்கிச் செல்லும் பயணம். சித் *(அதாவது)* ஆத்மாவுக்கு எல்லாவற்றையும் அறியும் குணமுண்டு. தன்மயமான பிரக்ஞை, ஆத்மா.

(இதை ராமாநுஜர் சொன்னவுடன் கூரேசர் எழுதுவதை நிறுத்திவிடுகிறார். ஆண்டாள் அவரைப் பார்க்கிறாள்; புன்னகை செய்கிறாள். ஆனால் பேசவில்லை. ராமாநுஜர் கூரேசரைக் கவனிக்கவில்லை. தொடர்ந்து சொல்லிக்கொண்டே போகிறார்)

ராமாநுஜர்: சரீரம் வெறும் ஜடப் பொருள். 'நான் இதைப் பார்க்கிறேன்' என்றால், பார்க்கப்படும் பொருள், 'பார்க்கப்படுவது' என்ற விசேடித்துக் குறிக்கப்படுவதாகிய குணத்தைப் பெறுகின்றது. இங்குப் பார்ப்பது சரீரமன்று; ஆத்மாவுடன் இசைந்த இருக்கையில், சரீரத்துக்கேற்படும்

விளைவு. ஞானத்தின் சுபாவம், பொருள்களைத் தன் அநுபவத்துக்கு இலக்காக்குதல். உள் நினைவுக்கும் இலக்குக்குமுள்ள தொடர்பாகிய ஞானம் கொண்டுதான் நாம் பொருள்களைப் பார்க்கிறோம், உணர்கிறோம், அநுபவிக்கிறோம்.

(அப்பொழுதுதான் ராமாநுஜர் கூரேசர் எழுதவில்லை என்பதைக் கவனிக்கிறார்)

ராமாநுஜர் *(சற்று ஆச்சரியத்துடன்)*: ஏன் எழுதாமலிருக்கிறீர்கள்?

ஆண்டாள்: ஒப்பந்தத்தின்படி.

ராமாநுஜர்: என்ன ஒப்பந்தம்?

ஆண்டாள்: உங்கள் கருத்து அவருக்கு உடன்பாடன்று.

ராமாநுஜர் *(சற்று எரிச்சல் தோன்ற)*: எந்தக் கருத்து?

கூரேசர்: நான் எழுதியிருக்கும் கடைசி வாக்கியத்தைப் படிக்கட்டுமா?

ராமாநுஜர்: படித்தால். . ?

கூரேசர்: அடுத்து நீங்கள் கூறிய எந்தக் கருத்து எனக்கு உடன்பாடில்லை என்று உங்களுக்குத் தெரியும்.

ராமாநுஜர் *(சற்றுக் கோபத்துடன்)*: இது என்ன புதிரா? சொல்வதை நேரடியாகச் சொல்லுங்கள். எந்தக் கருத்து?

(கேட்டுவிட்டு ராமாநுஜர் திடீரென்று எழுந்துவிடுகிறார்.)

ராமாநுஜர்: சரி . . . நீங்கள் இனி எழுதத் தேவையில்லை.

(ராமாநுஜர் போய்விடுகிறார்.)

இந்திரா பார்த்தசாரதி

ஆண்டாள்: அவரிடம் நேரடியாக நீங்கள் சொல்லி யிருக்கலாமே?

கூரேசர்: கருத்துத் தொடர்ச்சி அவருக்குத் தெரிந்திருக்க வேண்டும். இந்த விஷயத்தில் என்னால் சமரஸம் செய்துகொள்ள முடியாது.

(அப்பொழுது சிஷ்யன்(1) அங்கு வருகிறார்)

சிஷ்யன் (1): உடையவர் உங்களிருவரையும் அமுதுண்ண அழைக்கிறார்.

கூரேசர்: உடையவர் சொல்லிவரும் இப்பகுதி முடியும் வரை எனக்குச் சாப்பாடு இல்லை.

(சிஷ்யன் (1) உள்ளே செல்கிறான். அவன் சென்ற சில விநாடிகளுக்குள் ராமாநுஜர் வருகிறார்.)

ராமாநுஜர் *(புன்னகையுடன்):* உணவுக்கும் இதற்கும் என்ன சம்பந்தம்?

கூரேசர்: என்னைப் பொருத்தவரையில் வயிற்றுக் கீயப்படும் நேரம் இன்னும் வரவில்லை.

(ராமாநுஜர் தம் இருக்கையில் அமர்கிறார். சில விநாடிகள் மௌனம் . . .)

ராமாநுஜர் *(புன்னகையுடன்):* ஆண்டாள் அம்மா. நீங்கள் சொல்லுங்கள். என்ன தவறு செய்தேன்?

ஆண்டாள்: புதிராகச் சொல்ல அனுமதி வேண்டும்.

ராமாநுஜர்: சொல்லுங்கள்.

ஆண்டாள்: 'செத்ததின் வயிற்றில்
சிறியது பிறந்தால்
எத்தைத் தின்று
எங்கே கிடக்கும்?'

(ராமாநுஜர் சிந்திக்கிறார். சில கணங்களுக்குப் பிறகு முகம் மலர்கிறது. எழுந்து, கூரேசரை எழுந்திருக்கச் செய்து, தழுவிக் கொள்கிறார்)

ராமாநுஜர்: தவறு என்னுடையதுதான். மன்னித்துவிடுங்கள்.

கூரேசர்: நீங்களும் என்னை மன்னிக்க வேண்டும்: கடுமையாகப் பேசிவிட்டேன்.

ராமாநுஜர்: 'ஆத்மாவுக்கு எல்லாவற்றையும் அறியும் குணமுண்டு; தன்மயமான பிரக்ஞை ஆத்மா' என்று நான் சொன்னது தவறுதான். ஈஸ்வரன் தொடர்பின்றி ஆத்மாவுக்குத் தனி இருக்கை இல்லை எனும் போது, 'தன்மயமான பிரக்ஞை' என்று நான் கூறியது தவறுதான். முன்னுக்குப் பின் முரண். ஆண்டாள் அம்மா சரிதானே?

(அவள் புன்னகை புரிகிறாள்)

ராமாநுஜர்: சரி . . . அடுத்து . . .

ஆண்டாள்: வயிற்றுக்கு உணவு; உடையவரைப் பட்டினி போட்ட பாவம் எங்களுக்கு வரக் கூடாது.

ராமாநுஜர்: உங்களைப் பட்டினி போட்ட பாவமும் எனக்கு வரக் கூடாதல்லவா?

(இருள்)

அங்கம்-3

காட்சி-1

(ஒளி வரும்போது, முன் அரங்கத்தின் நடுவில் நாலைந்து வயதான வைணவப் பிராமணர்கள் நின்று பேசிக் கொண்டிருக்கிறார்கள். காலை)

பிராமணர் *(1)*: இன்னும்கொஞ்சநாள்போனால்,பிராமணர்களே இருக்க மாட்டார்கள்.

பிராமணர் *(2) (ஏளனச் சிரிப்புடன்)*: எல்லாருமே வைணவர்கள் !

பிராமணர் *(3) (ஏளனம்)*: இதுதான் ராமாநுஜ தரிசனம்.

பிராமணர் *(4) (ஏளனம்)*: பள்ளச்சேரியே வைகுண்டம் !

பிராமணர் *(1)*: சோழ நாடு, பாண்டிய நாடு எல்லா இடங்களிலும் ராமாநுஜன் பெயர்தான் கொடிகட்டிப் பறக்கிறது.

பிராமணர் *(2)*: ஏன் பறக்காது ? சாதி, கீதி என்று ஒன்றும் பார்க்காமல் எல்லாருக்கும் திருமணக் காப்பு செய்தால் ?

பிராமணர் *(3)*: பாண்டி நாட்டில் பல சைவர்கள் பெருமாள் பக்தர்களாகிவிட்டார்களாம்.

பிராமணர் *(4)*: பஞ்சமருக்கும் பூணூல் போட்டுவிடுகிறாராமே ராமாநுஜர் ?

பிராமணர் *(1)*: பாண்டிய நாட்டில் திருப்புளிங்குடியில் ஒரு பஞ்சமப் பெண் காலில் விழுந்தானாமே ராமாநுஜன் ?

பிராமணர் (2): அவள் திருவாய் மொழியிலிருந்து ஒரு மேற்கோள் எடுத்துக்காட்டினாளாம்!

பிராமணர் (3): திருவரங்கம் கோயில் நிர்வாகம் அவன் கையில்.

பிராமணர் (4): ஒவ்வொரு நாளும் உற்சவம், ஆட்டம், பாட்டம், கொண்டாட்டம்!

பிராமணர் (1): பெரிய கோயில் மட்டுமல்லாது சோழ, பாண்டிய நாட்டு எல்லாப் பெருமாள் கோயில்களிலும் எல்லா நாளும் திருவிழாதான்!

பிராமணர் (2): சமபந்தி போஜனம்!

(அப்பொழுது முன் அரங்கத்தின் இடக்கோடியிலிருந்து நாலைந்து சைவர்கள் வருகிறார்கள். அவர்களைப் பார்த்தால் பிராமணர்களாகத் தெரியவில்லை. நெற்றியிலும், உடல் முழுவதும் திருநீறு)

பிராமணர் (1) *(அவர்களைப் பார்த்து கீழ்க் குரலில்)*: சைவர்கள்!

(சைவர்கள் பிராமணர்களுக்கருகே வருகிறார்கள்)

பிராமணர் (1): வாருங்கள், வாருங்கள், 'நமசிவாய நமஹ!'

சை. (1) *(ஆச்சரியத்துடன்)*: என்ன நீங்கள்கூட? . . .

பிராமணர் (2) *(புன்னகையுடன்)*: நாங்கள் உண்மையான வைணவர்கள் இல்லை என்கிறான் ராமாநுஜன். ஆகவே இப்பொழுது பஞ்சாட்ச்சரந்தான் எங்களுக்குத் துணை!

சை. (2): சோழ, பாண்டிய நாடுகளில் இப்பொழுது கேட்கும் ஒரே கோஷம், உங்கள் நாராயண மந்திரந்தானே!

பிராமணர் (1): அதைப் பற்றித்தான் நாங்கள் பேசிக் கொண்டிருந்தோம். ராமாநுஜனை நாம் தடுத்தாக வேண்டும்.

பிராமணர் (2): நீங்கள் மனதுவைத்தால் நடக்கக்கூடிய காரியந்தான்.

சை (1): நாங்களா?

சை (2): நாங்கள் என்ன செய்ய முடியுமென்கிறீர்கள்?

பிராமணர் (3): நீங்கள் இப்பொழுது ராமாநுஜனைத் தடுத்து நிறுத்தாவிட்டால், சிவன் கோயிலெல்லாம், பெருமாள் கோயிலாகிவிடும்.

பிராமணர் (4): பஞ்சமன் செய்வான் ஆகமப் பூஜை.

சை(3): நீங்கள் இப்பொழுது வைணவர்கள் இல்லையா?

பிராமணர் (1): நாங்கள் வைணவர்கள்தான். அரங்கன் கோயிலுக்குள் எங்களுக்கு அனுமதி இல்லை. ராமாநுஜன் கட்டளை.

சை. (4): ஏன். . ?

பிராமணர் (2): அவன் தலைமையை நாங்கள் ஏற்கவில்லை .

பிராமணர் (3): எங்களைப் போல் இன்னும் பலருண்டு.

பிராமணர் (4): பாட்டும் கூத்தும் ஆன்மிகமா?

சை. (1): நாம் என்ன செய்யலாம், அவரைத் தடுக்க?

பிராமணர் (1): சோழ மன்னனிடம் முறையிடுவோம்.

பிராமணர் (2): அவனை நாடு கடத்தினால் நமக்கு நல்லது.

பிராமணர் (3): மாலும், சிவனும் நிம்மதியாக இருக்கலாம்.

பிராமணர் (4): ஆன்மிகம் பிழைக்கும்.

பிராமணர் (1): நாலூரானைக் கொண்டு திட்டம் வகுப்போம்.

சை. (2): நாலூரனா? அவர் கூரேசர் சிஷ்யராயிற்றே? *(ஆச்சரியத்துடன்)* திட்டம் வகுப்பது எப்படி?

பிராமணர் (3): சோழ அமைச்சர் நாலூரான் எங்களைப் போல் வஞ்சிக்கப்பட்டவர். அவர் இப்பொழுது நடத்துவது நாடகம்.

பிராமணர் (4): *(புன்னகை)* ராமாநுஜ மடத்தில் நிகழ்வதை அறிய ஒரு சூழ்ச்சி.

பிராமணர் (1,2,3,4), சை. (1,2,3,4): இன்றே திட்டம் வகுப்போம், நாலூரானைக் கண்டு.

(இருள்)

காட்சி-2

(சில விநாடிகளுக்குப் பிறகு ஒளி வரும்போது, சோழ மன்னன் அலங்கரிக்கப்பட்ட ஓர் ஆசனத்தில் பின் அரங்கத்தின் நடுவில் வீற்றிருக்கிறான்.

அவனுக்கு முன்னால் பணிவுடன் நாலூரான் நிற்கிறான். நடுவயதுக்காரன். முகத்தினின்றும் தந்திரக்காரன் என்று தெரிகிறது. அவன் அரசனிடம் ஏதோ சொல்லி முடித்திருக்க வேண்டும். அரசன் சிந்தனையில் ஆழ்ந்திருக்கிறான். காலை.)

அரசன்: வைணவர்களும் ராமாநுஜரை எதிர்க்கிறார்கள் என்கிறீர்களா?

நாலூரான்: அவர் வைணவ தர்மத்துக்கே எதிரி என்கிறார்கள், சக்கரவர்த்தி.

அரசன்: ஏன். . ?

நாலூரான்: அரசனும், ஆண்டியும் ஒன்று என்றால் அரசாங்கம் நடக்குமா அரசே? அதுபோல் தான் பார்ப்பனனும் பஞ்சமனும் ஒன்று என்பது.

அரசன்: ராமாநுஜர் அப்படிச் சொல்கிறாரா?

நாலூரான்: அவர் மடத்தில் நடப்பதை அறியத்தான் நான் கூரேசர் சிஷ்யனாய் நடித்தேன்.

அரசன்: ராமாநுஜருக்கு வைணவர்களும் எதிரி, சைவர்களும் எதிரி . . . அப்படித்தானே?

நாலூரான்: ஆமாம்.

அரசன்: என்ன செய்ய வேண்டும் என்கிறீர்கள்?

(அரசன் எழுந்து உலவுகிறான்)

நாலூரான்: சிவன்தான் நம் நாட்டில் பெரும்பாலோர் வணங்கும் தெய்வம். சோழ நாட்டின் முழு முதற்கடவுள்.

அரசன்: திருமால் பக்தர்களும் நம் நாட்டிலுண்டு. நீங்களும் வைணவர்தானே?

நாலூரான்: ராமாநுஜர் கை ஓங்கினால் சிவன் கோயிலெல்லாம் பெருமாள் கோயிலாகிவிடும். ராஜராஜர் கட்டிய கோயிலில் நாராயண அடியார்களின் நாட்டாமை வேண்டுமா? சொல்லுங்கள். நான் வைணவனாய் இருந்தாலும் நாட்டு நலம் நாடுபவன்.

(அரசன் மௌனம் . . . உலவுகிறான்)

அரசன்: என்ன செய்ய வேண்டுமென்கிறீர்கள்?

நாலூரான்: 'சிவனுக்கு மேலான கடவுள் இல்லை' என்று எழுதி ராமாநுஜர் அதில் கையெழுத்திட்டால்

. . . *(நிறுத்துகிறான்)*

அரசன்: கையெழுத்திட்டால். .?

நாலூரான்: தலைவரே ஏற்றுக்கொண்ட பிறகு சிஷ்யர்களும் ஏற்பார்கள். சைவத்துக்கு வெற்றி. வேறென்ன வேண்டும்?

அரசன்: மக்கள் இதை ஆதரிப்பார்களா?

நாலூரான்: சைவத்துக்கு வெற்றி என்றால், சைவர்களின் வெற்றிதானே? சிவனின் தலைமையை ராமாநுஜர் ஏற்றால், வைணவர் கட்சி இரண்டாகும். உடையவர் செல்வாக்கு தேய்வது உறுதி.

அரசன்: ராமாநுஜர் கையெழுத்திட மறுத்தால். . ?

நாலூரான்: அவரை நாடு கடத்துவோம்.

(அரசன் மௌனம் . . . உலவுகிறான்.)

அரசன்: சரி, ராமாநுஜரை அழைத்துவாருங்கள். அவருடன் பேசி முடிவுசெய்வோம்.

(அரசன் போகிறான். நாலூரான் அவன் போவதைப் பார்த்துக்கொண்டு நிற்கிறான். பிறகு கையைத் தட்டுகிறான். ஒரு சேவகன் வருகிறான்.)

நாலூரான்: படைத் தலைவரை அழைத்துவா.

(சேவகன் போகிறான். நாலூரான் சிந்தனையிலாழ்ந்தவாறு, உலவுகிறான். படைத் தலைவன் வருகிறான்.)

நாலூரான்: ராமாநுஜரைக் கைதுசெய்து வரும்படி அரசர் ஆணை.

(படைத் தலைவன் சற்றுத் தயங்கி நிற்கிறான்.)

நாலூரான்: அரசர் கட்டளை, நிறைவேற்றுவது உங்கள் கடமை.

படைத்தலைவன்: காரணம் ஏதுமில்லாமல் ஒருவரைக் கைது செய்ய அரசர் இதுவரை ஆணையிட்டதில்லையே என்று பார்க்கிறேன்.

நாலூரான்: காரணமிருக்கிறது. இது அரசாங்க ரகஸ்யம். ஹும் . . . சொல்வதை உடனே செய்யுங்கள்.

(படைத்தலைவன் கொஞ்சம் தயங்கி நின்று கொண்டிருக்கிறான். அவனுக்கு நாலூரானைப் பிடிக்கவில்லை என்பது அவன் முகபாவனையினின்றும் தெரிகிறது. இருள்.)

காட்சி-3

(ஒளி வரும்போது முன் அரங்கத்தின் நடுவில், வயது கூடியிருக்கும் கூரேசர் நிற்கிறார். அவரருகே வயதான பெரிய நம்பியும், சிஷ்யர்கள் (1), (2). முன் அரங்க இடப்பக்கக் கோடியிலிருந்து ஒருவன் மிக விரைவாக வருகிறான் . . .)

வந்தவன்: ஐயா . . . கூரேசர்?

கூரேசர்: ஏன், நான்தான்.

வந்தவன்: மிகவும் அந்தரங்கமான விஷயம் . . .

(தயங்குகிறான்)

கூரேசர்: சொல்லலாம் ... இவர்கள் எனக்கு அந்தரங்க மானவர்கள்.

வந்தவன்: படைத் தலைவர் என்னை ரகஸ்யமாக அனுப்பினார். நாலூரான் உங்களைக் காட்டிக் கொடுத்துவிட்டார். ராமாநுஜரைக் கைது செய்து அரண்மனைக்கு அழைத்துப் போகக் காவலர்கள் வந்துகொண்டிருக்கிறார்கள். அவரைத் தப்பித்துப் போகச் சொல்லுங்கள்

. . . நான் வருகிறேன் . . .

(அவன் விரைவாகப் போய்விடுகிறான். கூரேசரும் பெரிய நம்பியும் சிஷ்யர்களும் திகைத்து நிற்கின்றனர்)

கூரேசர் *(பெரிய நம்பியிடம்):* நான் உடையவரின் காவி உடையைத் தரித்து, காவலர்களுடன் செல்கிறேன். உடையவரை மடத்தில் ரகஸ்ய வழியாகத் தப்பித்துப் போகச் சொல்ல வேண்டியது உங்கள் பொறுப்பு.

பெரிய நம்பி: நானும் உங்களுடன் வருகிறேன். *(சிஷ்யர்களைப் பார்த்து)* இவர்கள் உடையவருக்கு விளக்குவார்கள்.

கூரேசர்: இந்த வயதான காலத்தில் நீங்கள் . . .?

பெரிய நம்பி: என்னைத் தடுக்காதீர்கள். *(சிஷ்யர்களிடம்)* நீங்கள் விரைவாக உடையவரிடம் சென்று, வெள்ளை ஆடை தரித்து, சோழ நாட்டை விட்டே போய்விடும்படிச் சொல்லுங்கள். ஹும் . . . போங்கள் . . .

(சிஷ்யர்கள் (1), (2) போகிறார்கள். கூரேசர் முன் அரங்கத்தின் வலக்கோடி வழியே செல்கிறார். அவர் போனவுடன், காவலர்கள் முன் அரங்கத்தின் இடக்கோடி வழியே வருகின்றனர்.)

காவலன்: ராமாநுஜரைப் பார்க்க வேண்டும்.

பெரிய நம்பி: நீராடிக்கொண்டிருக்கிறார்.

காவலன்: உடனே கைதுசெய்து அழைத்து வரும்படி அரசர் ஆணை.

பெரிய நம்பி: கைதுசெய்தா? அவர் என்ன குற்றம் செய்தார்?

காவலன்: எங்களுக்குத் தெரியாது. அரசர் கட்டளையை நிறைவேற்ற வந்திருக்கிறோம்.

பெரிய நம்பி: நான் உள்ளே போய் அவரை அழைத்து வருகிறேன்.

(அவர் முன் அரங்க வலக்கோடி வழியாகப் போகிறார்).

காவலன் (1): ஒரு துறவியைக் கைது செய்து அழைத்து வரும்படிக் கட்டளையிட்டிருக்கிறார்களே,எனக்கு ஒன்றும் புரியவில்லை.

காவலன் (2): படைத் தலைவருக்கும் இதில் விருப்பமில்லை என்றுதான் தோன்றுகிறது.

காவலன் (3): நாலூரான் சதியாக இருக்கலாம்.

காவலன் (1): நாலூரானைக் கண்டால் யாருக்குத்தான் பிடிக்கிறது?

காவலன் (2): ராமாநுஜரை மிக மரியாதையுடன் அழைத்து வரும்படி படைத் தலைவர் கட்டளையிட்டிருக்கிறார்.

(சிறிது நேரம் மௌனம்...)

காவலன் (3) *(எட்டிப் பார்த்து):* என்ன, அவரைக் காண வில்லையே!

(அப்பொழுது காவி உடை தரித்த கூரேசரும் பெரிய நம்பியும் வருகிறார்கள்)

கூரேசர் *(புன்னகையுடன்)*: நான் என்ன அவ்வளவு ஆபத்தானவனா, என்னைக் கைது செய்யும்படி கட்டளை?

(காவலர்கள் வணங்குகின்றனர்.)

காவலன் (1): படைத் தலைவர் உங்களைப் பாதுகாப்புடன் அழைத்துவரப் பணித்துள்ளார். பல்லக்குக் காத்திருக்கிறது.

கூரேசர் *(ஆச்சரியத்துடன்)*: பல்லக்கு எதற்கு?

காவலன் (2): கங்கை கொண்ட சோழபுரம், செல்ல வேண்டும்; நடந்து போக முடியுமா?

கூரேசர்: என்னால் நடக்க முடியும். ஆனால் இவர் பெரியவர் *(பெரிய நம்பியைச் சுட்டுகிறார்)* இவருக்காக வேண்டுமானால் . . .

பெரிய நம்பி: என்னால் நடக்க முடியும்.

கூரேசர்: சரி, பல்லக்கிலே போவோம். அரசர் என்னைக் கைதுசெய்து அழைத்துவரச் சொல்லியிருக்கிறார் என்ற அவப்பெயர் அரசருக்கு வரக் கூடாது. நடந்து சென்றால், எல்லாருடைய கவனத்துக்கும் உள்ளாக நேரிடும். வாருங்கள் போகலாம்.

(அவர்கள் முன் அரங்கத்தின் இடக்கோடி வழியே போகிறார்கள்.

இருள்

சில விநாடிகளுக்குப் பிறகு ஒளி வரும்போது சிஷ்யர்கள் (1), (2) நடு அரங்கத்தின் மையத்தில் நிற்கிறார்கள். ஒரு சிஷ்யன்

கையில் வெள்ளை ஆடை. அப்பொழுது ராமானுஜர் *(வயது அறுபதுகளின் இறுதியில்) நீராடிவிட்டு, ஈரத் துணியுடன், பின் அரங்க இடக்கோடியிலிருந்து வருகிறார். ராமானுஜருக்கு வயது ஆகியிருந்தாலும் தளராத உடல். அவர் சிஷ்யன் கையில் வெள்ளை ஆடையைப் பார்க்கிறார்.)*

ராமானுஜர்: இது யாருக்கு? என் உடை எங்கே?

சிஷ்யன் (1): உங்களுக்கு, அரச கட்டளையின் பேரில் உங்களைக் கைது செய்ய காவலர்கள் வந்தார்கள்.

(ராமானுஜர் திடுக்கிட்டு நிற்கிறார்)

சிஷ்யன் (2): கூரேசர் உங்கள் காவி உடையைத் தரித்து அவர்தாம் ராமானுஜர் என்று சொல்லிக் கொண்டு அவர்களுடன் போய்விட்டார். உங்களை வெள்ளை ஆடை தரிக்கச் சொன்னார்.

(ராமானுஜர் தொடர்ந்து திடுக்கிட்டு நிற்கிறார்)

சிஷ்யன் (1): ரகஸ்ய வழியாக உடனுக்குடன் தப்பித்து சோழ நாட்டை விட்டே போய்விடும்படி உங்களிடம் சொல்லச் சொன்னார்.

(அப்பொழுது கிடம்பி ஆச்சான், முதலியாண்டான், ஆண்டாள் அம்மா ஆகியோர் அங்கு வருகின்றனர்.)

கிடம்பி ஆச்சான்: கூரேசர் சொல்கிறபடி நீங்கள் தப்பித்துச் செல்வதில்தான் வைணவத்தின் எதிர்காலமே இருக்கிறது. கால தாமதம் வேண்டாம்.

ஆண்டாள் அம்மா: அவர் போகும்போது என்னிடம் நீங்கள் தப்பித்துப் போய்விடவேண்டுமென்பதை வற்புறுத்திச் சொல்லச் சொன்னார்.

கிடம்பி ஆச்சான்: நான் நம் பயணத்துக்கு ஏற்பாடு செய்கிறேன்.

ராமாநுஜர்: பெரிய நம்பி எங்கே?

சிஷ்யன் (1): அவரும் கூரேசருடன் சென்றிருக்கிறார்.

ராமாநுஜர்: இந்த தள்ளாத வயதில் துணிச்சலுடன் அவர் போகிறார், நான் தப்பித்துப் போக வேண்டுமா?

ஆண்டாள் அம்மா: நீங்கள் தனி நபர் அல்ல, நீங்கள் ஒரு ஸ்தாபனம்.

ராமாநுஜர்: எனக்கு ஒன்றும் புரியவில்லை. என்னை எதற்காகக் கைதுசெய்ய வந்தார்கள்?

ஆண்டாள் அம்மா: கூரேசர் நாலூரானை சிஷ்யனாக ஏற்றுக் கொண்டபோதே, நான் சந்தேகித்தேன். இது ஏதோ ஒரு சதித் திட்டமென்று. அவரிடம் சொன்னேன். ஆனால் அவர் கேட்கவில்லை.

முதலியாண்டான்: நேரமாகிறது, நாம் புறப்படலாமா?

ராமாநுஜர்: ஆண்டாள் அம்மா, மடத்தைக் கவனித்துக் கொள்ளுங்கள். சோழ நாட்டை விட்டுச் செல்ல வேண்டு மென்றால் வடமேற்கேதான் போக வேண்டும். *(மௌனம்)* இது நம்மை வெறுக்கிற வைணவ பிராமணர்களுடைய சதியாகத்தான் இருக்க வேண்டுமென்று எனக்குத் தோன்றுகிறது. *(மௌனம்)*

சரி, இது அரங்கனுடைய ஆணை, நடப்பது நடக்கட்டும். காவிரியைத் தாண்டி வடமேற்கே நீலகிரி செல்வோம். அங்கு நம்மவர் நல்லான் சக்கரவர்த்தி இருக்கிறார். அவருக்கு ஏன் அந்தப் பெயர் தெரியுமா?

முதலியாண்டான்: புறப்படுவோமா, ஸ்வாமி.

ராமாநுஜர்: *ஒரு பஞ்சமனுக்கு அவர் ஈமக் கிரியைகள் செய்தார். ஊர் பிராமணர்கள் அவரை ஜாதிப் பிரஷ்டம் செய்தார்கள். ஆனால் அப்பொழுது இறைவன் சொன்ன வார்த்தை இது: 'நீர் ஊருக்குப் பொல்லான், எனக்கு நல்லான்'. அந்த நல்ல மனிதரை நாம் நாடுவோம். புறப்படுங்கள். கூரேசரையும் பெரிய நம்பியையும் அரங்கன் பார்த்துக்கொள்வான்.*

(அவர் சிஷ்யனிடமிருந்து வெள்ளை ஆடையை எடுத்துக் கொண்டு பின் அரங்க வலக்கோடி வழியே செல்கிறார்...)

கிடம்பி ஆச்சான்: ஆண்டாள் அம்மா . . . அரங்கன் அருளால், எப்படியும் நமக்குள் தொடர்பு இருக்குமென்று நம்புகிறேன். கூரேசருக்கும், பெரிய நம்பிக்கும் என்ன நேர்ந்தது என்ற தகவல் அறிய ஆள் அனுப்பிக் கேட்டுக்கொள்கிறோம். ஓம் நமோ நாராயணாய.

காட்சி-4

(சில விநாடிகளுக்குப் பிறகு ஒளி வரும்போது, பின் அரங்கத்தின் மையத்தில் அலங்கரிக்கப்பட்ட ஆசனத்தில் சோழ மன்னன் வீற்றிருக்கிறான். அவனுக்கருகே நாலூரான்.

சற்றுத் தள்ளி, இருமருங்கும் வைணவ பிராமணர்கள், சைவர்கள். அவர்களுக்கு எதிரே காவி உடையில் கூரேசர். பெரிய நம்பி, அவர்களைச் சுற்றிக் காவலர்கள். காலை . . .)

நாலூரரான்: சக்கரவர்த்தி, ஆள் மாறாட்டம் நடந்திருக்கிறது.

அரசன்: புரியவில்லை .

நாலூரான்:ராமாநுஜரை அழைத்துவரக் கட்டளையிட்டீர்கள். இவரைக் கூட்டிக் கொண்டு வந்திருக்கிறார்கள், நம் மடையர்கள்.

கூரேசர்:'நான்தான் ராமாநுஜர்' என்று அவர்களிடம் சொன்னேன். அழைத்துவந்திருக்கிறார்கள்.

நாலூரரான் *(ஏளனம்):* ராமாநுஜர் பக்தர் பொய் சொல்லலாமா?

பிராமணர் (1): ராமாநுஜ பக்தர்தாம் பொய் சொல்வார்கள். உண்மையான வைணவன் சொல்ல மாட்டான்.

கூரேசர்: உண்மையான வைணவன். உங்களைப் போலவும் நாலூரானைப் போலும் இருந்தால். மனிதர்களை உய்விக்க வேண்டுமா என்பது பற்றி ஸ்ரீமத் நாராயணன்கூட நம்பிக்கை இழந்துவிடுவான்.

பிராமணர் (2) *(கோபத்துடன்):* சக்கரவர்த்தி, இவர் எங்களை அவமதித்துப் பேசுகிறார்.

அரசர்: நீங்கள்தான் ராமாநுஜர் என்று சொல்லிக் கொண்டு வந்தது. நியாயமாகுமா? நீங்கள் யார்?

கூரேசர்: புரை தீர்ந்த நன்மை பயக்குமென்றால் பொய் சொல்லலாம் என்கிறது தமிழ் மறை. என் பெயர் கூரேசன்.

அரசன்: ராமாநுஜர் எங்கே?

கூரேசர்: அவர் இப்பொழுது சோழ நாட்டில் இல்லை.

நாலூரான் *(கோபத்துடன்):* ஓடிவிட்டாரா?

கூரேசர்: சோழநாட்டில் நன்றி கெட்டவர்கள் எத்தனை பேர் உண்டு என்று தெரிந்துகொள்ள இங்கு அவைக்கு வந்திருக்க வேண்டுமென்கிறீர்களா?

நாலூரான்: அரசே உங்களைச் சிறுமைப்படுத்திப் பேசுகிறார். இங்கு இருப்பவர்கள் அனைவரும் நன்றி கெட்டவர்களாம்!

அரசன்: ராமாநுஜர் எங்கே போயிருக்கிறார்?

கூரேசர்: நல்லவர்களைத் தேடிப் போயிருக்கக்கூடும்.

(அரசன் எழுந்திருக்கிறான். நிற்பவர்களைத் தாண்டி வந்து, சிந்தனையிலாழ்ந்தவாறு உலாவுகிறான். சிறிது நேரம் மௌனம்)

அரசன் *(நாலூரானை நோக்கி):* ராமாநுஜரோ நாட்டை விட்டுப் போய்விட்டார். நாலூராரே, இனிமேல் என்ன பிரச்னை? அவரை நாடு கடத்த வேண்டுமென்பதுதானே உங்கள் திட்டம்?

நாலூரான்: அவர் தப்பி ஓட இவர் உதவி செய்திருக்கிறார். ஆள் மாறாட்டம் செய்திருப்பது இன்னொரு குற்றம். இவரைத் தண்டிக்க வேண்டும்.

சைவர் (1): நீங்கள் ராமாநுஜரிடம் வாங்க இருந்த கையெழுத்தை இவரிடம் வாங்குங்கள். எங்கே அந்த ஏடு?

நாலூரான்: அதுவும் நல்ல யோசனைதான்.

(அவன் இடுப்பிலிருந்து ஒரு பனை ஏட்டை எடுக்கிறான். அவன் திரும்புகிறான். ஒரு சேவகன் எழுத்தாணியுடன் வருகிறான்)

நாலூரான்: இந்த ஏட்டில் கூரேசரே, நீங்கள் கையெழுத்து இட வேண்டும். பெரிய நம்பி, நீங்களும்தான்.

கூரேசர்: என்ன இது?

நாலூரான் *(படிக்கிறான்):* 'சிவா பாதரம் நாஸ்தி' 'சிவனைக் காட்டிலும் மேலான தெய்வமில்லை.'

(கூரேசர் அந்த ஏட்டை வாங்குகிறார். எழுத்தாணி கொண்டு ஏதோ எழுதிக் கையெழுத்திட்டு நாலூரானிடம் கொடுக்கிறார். நாலூரான் முகம் கோபத்தில் சிவக்கிறது. அவன் அரசனை நோக்கிச் செல்கிறான்.)

நாலூரான் *(கோபத்துடன்):* என்ன செருக்கு இவருக்கு, நம்மை அவமானப்படுத்துகிறார்.

அரசன்: என்ன விஷயம், நிதானமாகச் சொல்லுங்கள்.

(நாலூரான், கூரேசர் எழுதியதைப் படிக்கிறான்.)

நாலூரான்: 'த்ரோணம் அஸ்தி தத பரம்'

அரசன்: விளக்கிச் சொல்லுங்கள்.

(சைவர்களின் சினம் அவர்கள் முகத்தில் தெரிகிறது.)

நாலூரான்: 'சிவம்' என்றால் ஓர் 'அளவை', என்று உங்களுக்குத் தெரியும். "த்ரோணம்" என்பது 'சிவத்'தைக் காட்டிலும், பெரிய அளவை என்றும் உங்களுக்குத் தெரியும். சிவத்தைக் காட்டிலும் 'த்ரோணம்' 'பெரிய அளவை' என்று சொற் சிலம்பம் ஆடுகிறார் கூரேசர்.

சைவர் (2): சக்கவர்த்தி, நம் நாட்டுச் சைவர்கள் இந்த அவமானத்தைப் பொறுத்துக்கொள்ள மாட்டார்கள்.

சைவர் (3) *(கோபத்துடன்):* 'மகிழ்ச்சியைத் தரும் மாலன் இருக்கும்போது, சுடுகாட்டுத் தெய்வமா மனிதனுக்கு வேண்டும்?' என்றும் இவர் பேசியிருக்கிறார், அரசே.

சைவர் (4) *(கோபத்துடன்):* அகிலத்தை ஆட்டி வைக்கும் அரும்பெரும் பொருளை வெறும் 'அளவை'யாக்கி ஏளனம் செய்வதை ஏற்றுக்கொள்ள முடியுமா? சக்கவர்த்தி.

அரசன்: இவரை என்ன செய்ய வேண்டுமென்கிறீர்கள்?

நாலூரான்: இவர்களிருவர் கண்களையும் பிடுங்கிவிட்டால், இவர்களைச் சார்ந்தவர்கள் அனைவரையும் நம் வழிக்குக் கொண்டு வர முடியும்.

பிராமணர் (1), (2), (3), (4), சைவர் (1), (2), (3), (4): நல்லதோர் தீர்ப்பு, நானிலம் ஏற்கும்.

அரசன் *(தயக்கத்துடன்):* அதுதான் சரி என்றால் செய்யுங்கள். பழி என்னுடையது அல்ல.

(அரசன் அவையை விட்டு உள்ளே போய்விடுகிறான். அரசன் போன பிறகு நாலூரான் கூரேசர் அருகே சென்று அவரை வெறுப்புடன் நோக்குகிறான். சில விநாடிகள் மௌனம்)

நாலூரான்: எங்கள் ஊர்க் கோயில் எங்கள் வம்சத்தின் நிர்வாகத்தில் இருந்துவந்தது. ஊழல் நடக்கிறது என்று என் தந்தையை இருபது வருஷங்களுக்கு முன்பு கோயில் நிர்வாகத்தினின்றும் விலக்கியவர் உங்கள் உடையவர் *(அழுத்திச் சொல்கிறான்).* பழிதீர்க்கக் காத்திருந்தேன். பட்சி பறந்துவிட்டது! *(சற்று*

உரத்த குரலில்) அதற்கு நீங்கள்தான் காரணம். இவர் கண்களைப் பிடுங்கி எறியுங்கள்.

கூரேசர்: நானே இதை உங்களுக்குச் சொல்லலாம் என்றிருந்தேன்.

நாலூரான் *(கோபத்துடன்):* எதை?

கூரேசர் *(புன்னகை):* உங்களைப் பார்த்த பாவம் தீர என் கண்களைப் பிடுங்கி எறியுங்கள் என்று.

நாலூரான் *(கோப வெறியில்):* இவர்களை இழுத்துச் சென்று இவர்கள் கண்களைக் குருடாக்குங்கள். ஹூம் . . .

(கோபத்துடன் போகிறான் . . . இருள் . . .)

(சில விநாடிகளுக்குப் பிறகு பின் அரங்கத்தில், அடர்ந்த மீசையுடன் காணப்படும் மிகவும் உக்கிரமான இரண்டு வீரர்கள் கையில் தீப்பந்தத்துடன் நிற்கிறார்கள். அரங்கத்தில் இந்தத் தீப்பந்த ஒளியைத் தவிர வேறு வெளிச்சம் இல்லை. அவர்களுக்கெதிரே, கூரேசரும் பெரிய நம்பியும் அவர்களை, ஆளுக்கு இரண்டு வீரர்களாக, அவர்களுடைய இரண்டு கைகளையும், இறுகப் பிடித்துக்கொண்டிருக்கிறார்கள். தீப்பந்தம் வைத்திருக்கும் வீரர்கள் அடி மேல் அடியிட்டு, கூரேசரையும் பெரிய நம்பியையும் நோக்கி வருகிறார்கள்.

அவர்கள் நெருங்கி வந்து தீப்பந்தத்தை இருவருடைய கண்களுக்கருகே கொண்டுவரும்போது, மின்னல் வேகத்தில் அது நடந்து விடுகிறது.

கூரேசரும் பெரிய நம்பியும் தங்கள் கைகளை விலக்கிக் கொண்டு தாமாகவே தம் கண்களை அத்தீப்பந்தங்களைப் பிடுங்கிச் சுட்டுக்கொண்டு விடுகின்றனர்.

இந்திரா பார்த்தசாரதி

இதை எதிர்பார்க்காத வீரர்கள், அவர்களிருவருடைய முகங்களைப் பார்த்து பயந்து அமானுஷ்யமான குரலில் வீறிட்டலறுகிறார்கள். பின் அரங்கத்தின் இடக்கோடியிலிருந்து நாலூரரான் வேகமாக வருகிறான் . . .)

நாலூரரான்: என்ன நடந்தது?

வீரர்களில் ஒருவன்: அவர்களே அவர்கள் தாமாகவே கண்களைச் சுட்டுக்கொண்டு விட்டனர்.

நாலூரரான்: நீங்கள் ராமாநுஜர் பக்தர்களாக இருப்பதற்கு இன்னுமா வருந்தவில்லை?

கூரேசர்: நாங்கள் வருந்துவோம் என்பது உங்களுக்கு மகிழ்ச்சியைத் தருமென்றால், அந்த மகிழ்ச்சியை எங்களால் தர முடியவில்லை என்பதற்கு நாங்கள் வருந்துகிறோம்.

நாலூரரான் *(கோபத்துடன்):* இவர்களை ஊர் எல்லைப் புறத்தருகே கொண்டுபோய்த் தள்ளுங்கள்.

(தீப்பந்த வீரர்கள் அவர்களிருவரையும் இழுத்துக்கொண்டு போகிறார்கள். அரங்கத்தில் இருள்.

சில விநாடிகளுக்குப் பிறகு அரங்கத்தில் மங்கலான ஒளி. கூரேசரும், பெரிய நம்பியும் ஒருவர் கையை ஒருவர் பற்றிக் கொண்டு அரங்கத்தை மௌனமாக இரண்டு சுற்று சுற்றி வருகின்றனர். அவர்கள் கண்களைச் சுற்றித் துணி கட்டப்பட்டிருக்கிறது)

பெரிய நம்பி *(நின்று):* கூரேசரே, இனி என்னால் ஓரடிகூட எடுத்து வைக்க முடியாது.

(அவர் உட்காருகிறார்)

கூரேசர்: நாம் பசுபதி கோயிலில் இருக்கிறோம்.

பெரிய நம்பி: இருந்தால் என்ன? எனக்கு மூச்சு வாங்கத் தொடங்கிவிட்டது. *(நிறுத்தி நிறுத்திப் பேசுகிறார்)* அப்பன் அழைக்கிறான் ...

கூரேசர்: ஸ்வாமி, அவன் மீது பாரத்தை விட்டு முயன்று பாருங்கள். திருவரங்கம் போய் ...

பெரிய நம்பி: உட்காருங்கள். *(கூரேசர் உட்காருகிறார். பெரிய நம்பி அவர் மடியில் படுத்துக்கொள்கிறார்.)*

பெரிய நம்பி *(மெதுவான குரலில், நிறுத்தி நிறுத்திப் பேசுகிறார்):* இன்னொரு வைணவன் மடியில் ... படுத்து, திருநாட்டுக்கு எழுந்தருளுவதைத் தவிர ... ஓர் உண்மையான வைணவனுக்கு வேறு என்ன பாக்கியம் வேண்டும்? என் ஈமக் கிரியைகள் இங்கேயே நடக்கட்டும் ...

கூரேசர் *(உணர்ச்சியுடன்):* ஸ்வாமி ... திருவரங்கம் போய் ...

பெரிய நம்பி *(புன்னகை):* ஓர் உண்மையான வைணவனுக்குக் காணுமிடமெல்லாம் வைகுண்டம் என்று உடையவர் அடிக்கடி கூறுவாரே, மறந்து விட்டீர்களா? பசுபதி கோயிலும் புண்ணிய ஸ்தலந்தான் ... இங்குதான் நாதமுனியும் குருகைக் காவலப்பனும் திருநாட்டுக்கு எழுந்தருளினார்கள். உங்கள் மடியே எனக்கு வைகுண்டம்.

(அவர் கண்களை மூடுகிறார். அவர் இறந்துவிட்டாரென்பதைக் கூரேசர் உணர்கிறார். அப்பொழுது இரண்டு வீரர்கள் அங்கு வருகிறார்கள்.)

இந்திரா பார்த்தசாரதி

கூரேசர் நிமிர்ந்து பார்க்கிறார்.)

வீரன் (1): படைத்தலைவர் எங்களை அனுப்பினார். உங்களுக்கு உதவி செய்ய வேண்டுமென்பது அவர் கட்டளை.

(கூரேசர் மௌனமாகப் பெரிய நம்பியைப் பார்த்துக் கொண்டிருக்கிறார்.)

வீரன் (2): அவர் இறந்துவிட்டாரா?

(கூரேசர் தலையசைக்கிறார். வீரர்கள் ஒருவரையொருவர் பார்த்துக்கொள்கின்றனர். சில விநாடிகள் மௌனம்)

வீரன் (1): ஐயா, என்ன செய்ய வேண்டும், பணியுங்கள்.

கூரேசர்: இவருக்கு இங்கேயே இறுதிக் கடன் செய்ய வேண்டும். இதுதான் இவரது கடைசி விருப்பம். நான் திருவரங்கம் போக வேண்டும். உங்கள் படைத்தலைவருக்கு எங்கள் நன்றியைத் தெரிவியுங்கள்.

(வீரன் (1) முன் அரங்க இடக்கோடி பக்கம் நோக்கி உள்ளே வரும்படி சைகை செய்கிறான். இன்னும் இரண்டு வீரர்கள் வருகிறார்கள்.)

வீரன் (1): இப்பெரியவருக்கு இங்கு ஈமக்கடன் செய்ய ஏற்பாடு செய்யுங்கள். பிறகு இவரை *(கூரேசரைச் சுட்டி)* திருவரங்கம் அழைத்துச் செல்ல வேண்டும். படைத் தலைவர் கட்டளையின்படி மிக ரகஸ்யமாக இது நடந்தேற வேண்டும்.

கூரேசர்: உங்கள் படைத் தலைவர் வைணவரா?

வீரன் (2): இல்லை, சைவர் ஐயா.

ராமானுஜர்

கூரேசர்: நாலூரான் வைணவன் இல்லை . . . வைணவக் குடும்பத்திலே பிறந்தவன். யதேச்சையாக ஏற்பட்டுவிட்ட விபத்து. உங்கள் படைத் தலைவர் சைவக் குடும்பத்திலே பிறந்த உண்மையான வைணவர்!

வீரன் (2): 'நல்ல மனிதனாய் இருப்பதே ஓர் உயர்ந்த மதம்' என்று எங்கள் படைத் தலைவர் அடிக்கடி கூறுவார், ஐயா.

(கூரேசர் அவனை ஏறிட்டு நோக்குகிறார்.

சில விநாடிகள் மௌனம்.)

கூரேசர்: நீ சொல்வது சரிதான். ராமாநுஜர் இங்கு இருந்திருந்தால் உங்கள் படைத்தலைவரை சந்திக்க நிச்சயம் விரும்பியிருப்பார். சரி, மேலே ஆக வேண்டியதைக் கவனிப்போம்.

(அவர் எழுந்திருக்க முயல்கிறார். வீரர்கள் உதவி செய்கிறார்கள். இருள் . . .)

காட்சி-5

(மிகவும் மங்கலான ஒளி. காடு, குறைந்த வெளிச்சத்தில் உருவங்கள் அடி மேல் அடி வைத்துச் செல்வது தெரிகிறது.

காட்டு மிருகங்களின் ஓலம்.

நாலைந்து உருவங்கள். அரங்கத்தை இரண்டு சுற்று சுற்றுகின்றன. மூன்றாவது சுற்றின்போது முன் அரங்கத்தின் இடக்கோடியிலிருந்து கையில் தீப்பந்தம் ஏற்றி நான்கு பேர் வருகின்றனர். காட்டு முரட்டு மனிதர்கள்.

அவர்கள் நுழையும்போது முன்பு தெரிந்த உருவங்கள் அரங்கத்தின் வலப்பக்க நடுவில் வருகின்றவர்களைப் பார்த்துத் திடுக்கிட்டு நிற்க வேண்டும். வருகின்றவர்கள் கையில் வில், அம்புகள், வேடர்களின் தோற்றம்)

வேடன் *(1) (அதட்டலுடன்):* யார் நீங்கள்?

(அவர்கள் உருவங்களை நெருங்கும்போது, உருவங்கள் யாரென்று நமக்குத் தெரிகின்றது. ராமாநுஜர், கிடம்பி ஆச்சான், முதலியாண்டான், சிஷ்யர்கள்)

ராமாநுஜர்: சோழ நாட்டிலிருந்து வருகிறோம், வழி தவறிவிட்டது போல் தெரிகிறது.

வேடன் *(1):* யாரைத் தேடிக்கொண்டு வந்தீர்கள்?

ராமாநுஜர்: எங்களுக்குத் தெரிந்த நல்ல மனிதர் ஒருவர். உங்களைப் பார்த்தாலும் நல்லவர்களாகத்தான் தெரிகிறது.

வேடன் *(1):* நீங்கள் தேடிக்கொண்டு வந்தவர் பெயர்?

ராமாநுஜர்: நல்லான் சக்கரவர்த்தி.

(வேடன் (1) மற்றைய வேடர்களைப் பார்த்துப் புன்னகை புரிகிறான்.)

ராமாநுஜர்: அவர் . . . இங்குதான்.

வேடன் *(2):* அவர் திருநாட்டுக்கு எழுந்தருளிவிட்டார்.

வேடன் *(3):* அவர்தான் எங்களுடைய குரு.

வேடன் *(4):* எங்களை உங்களுக்கு நல்லவர்களாகக் காட்டிய அடையாளத்தைத் தந்தவர்.

வேடன் (1): நீங்கள் யார்?

கிடம்பி ஆச்சான் *(ராமானுஜரைச் சுட்டி):* இவர்தான் உங்கள் குருநாதருக்குக் குருநாதர், ராமானுஜர்.

(உடனே வேடர்கள் ராமானுஜரை வணங்குகிறார்கள்)

வேடன் (1): எங்கள் குருநாதர் உங்களைப் பற்றி அடிக்கடி கூறுவார், நீங்கள் ஒரு புதிய சமுதாயம் உருவாக்குவது பற்றி.

வேடன் (2): மிகவும் இழிநிலையிலிருந்து எங்கள் சமுதாயத்தைத் தலைநிமிரச் செய்து உயர்த்தியவர் எங்கள் குருநாதர்.

வேடன் (3): பஞ்சமர்க்கும் இறுதிச் சடங்குகள் செய்த புனிதர்.

வேடன் (4): நாங்கள் அனைவரும் வைணவர்கள், ஐயா.

முதலியாண்டான்: நாங்கள் சோழ அரசின் தொல்லை பொறுக்க முடியாமல் இங்கு வந்திருக்கிறோம்.

வேடன் (1): அப்படியா? நீங்கள் மிகவும் சோர்ந்திருக்கிறீர்கள். முதலில் அமுதுண்டு . . . ஆனால் நாங்கள் வேடர்கள், பஞ்சமர்கள்.

(ராமானுஜர் அவனருகில் சென்று அவனை இறுக்கி அணைத்துக்கொள்கிறார்.)

ராமானுஜர் *(புன்னகையுடன்):* நல்லான் சிஷ்யர்கள் இப்படிப் பேசலாமா? வைணவர்களுக்குள் உயர்வு ஏது தாழ்வு ஏது? வாருங்கள், முதலில் உணவு, பிறகு என்ன செய்யலாமென்று திட்டம்.

இந்திரா பார்த்தசாரதி

(வேடர்களும் ராமாநுஜரும் மற்றவர்களும் முன் அரங்கத்தின் இடக்கோடி வழியே செல்கின்றனர்.

ஒளி வரும்போது, காலை நேரம். வேடர்களும் ராமாநுஜரும் மற்றவர்களும் நடு அரங்கத்தில் பாயில் உட்கார்ந்திருக்கின்றனர். ஒரு பக்கம் வேடர்கள், இன்னொரு பக்கம் மற்றவர்கள் அவர்கள் ஏதோ பேசிக்கொண்டிருக்கிறார்கள்.)

வேடன் *(1):* அங்கே தொண்டனூரில் நரசிம்மர் கோயில் இருக்கிறது.

வேடன் *(2):* தொண்டனூர் நம்பி, உங்களை இதுவரை பார்க்கா விட்டாலும், உங்களை மனத்தளவில் குருவாகக் கொண்டவர்.

வேடன் *(3):* எங்கள் குருநாதருக்கு உறவினர்.

வேடன் *(4):* தொண்டனூரருகில் மேல் கோட்டை

வேடன் *(1):* நீங்கள் அவசியம் அங்கு செல்ல வேண்டும்.

வேடன் *(2):* தொண்டனூர் அரசர் ஒரு சமணர்.

வேடன் *(3):* பெயர் பிட்டல தேவன்.

வேடன் *(4):* அங்கு எண்ணாயிரம் சமணத்துறவிகள் இருக்கிறார்கள்.

வேடன் *(1):* செருக்கு மிகுந்த துறவிகள்.

வேடன் *(2):* அரசனை ஆட்டிவைப்பவர்கள்.

வேடன் *(3):* அரசன் மனைவி மிகவும் நல்லவர்.

வேடன் *(4):* பெயர் சாண்டல தேவி.

ராமாநுஜர்: நான் எதற்காக அங்கு போக வேண்டுமென்கிறீர்கள் ?

வேடன் (1): அங்கு நாராயண சப்தம் ஒலிக்க வேண்டும்.

(ராமாநுஜர் அவரைச் சார்ந்த மற்றவர்களைப் பார்த்துப் புன்னகை புரிகிறார்.)

வேடன் (1): எங்களில் பலரை உங்களுக்குப் பாதுகாப்பாக நான் அனுப்பிவைக்கிறேன்.

ராமாநுஜர்: எனக்கு வேறொரு முக்கிய உதவி தேவை.

வேடன் (1): கட்டளையிடுங்கள்.

ராமாநுஜர்: உங்களில் இருவர் துணையொடு என் சிஷ்யன் ஒருவன் திருவரங்கம் போக வேண்டும். அங்கு என்ன நடக்கிறது என்று முக்கியத் தகவல் அறிய விரும்புகிறேன்.

வேடன் (1): இன்றே போவார்கள்.

(அப்பொழுது முன் அரங்க இடக்கோடியிலிருந்து ஒருவன் வந்து வேடன் (1) காதில் ஏதோ சொல்லுகிறான். வேடன் (1) முகம் மலர்கிறது. அவன் உடனே எழுந்து செல்கிறான். வந்தவன் இடக்கோடி வழியாகச் சென்று ஒருவரை அழைத்து வருகின்றான்.

வந்தவருக்கு ஐம்பது வயதிருக்கலாம். வைணவர். வேடன் (1) அவரை அழைத்துக்கொண்டு போகிறான். மற்றைய வேடர்கள் எழுந்து அவரை வணங்குகின்றனர்.)

வேடன் (1): உடையவரே, இவர்தாம் தொண்டனூர் நம்பி. *(தொண்டனூர் நம்பி, முகம் மலர்ந்து ராமாநுஜரை வணங்கு கின்றார்.)*

தொண்டனூர் நம்பி: நான் உங்களைச் சந்திப்பேன் என்று எதிர்பார்க்கவேயில்லை. அதுவும் இங்கு நீலகிரி காட்டில்... நாராயணன் அருளை என்னவென்று சொல்வது!

ராமானுஜர்: இதற்குச் சோழ அரசுக்கு நாம் நன்றி சொல்ல வேண்டும்.

தொண்டனூர் நம்பி: புரியவில்லை.

ராமானுஜர்: அதைப் பற்றிப் பிறகு பேசுவோம். உங்களுடன் நாங்கள் தொண்டனூர் வருகிறோம்.

தொண்டனூர் நம்பி *(மகிழ்ச்சியுடன்):* இதுவே எங்கள் பாக்கியம்.

ராமானுஜர்: அரசர் சமணரோ?

தொண்டனூர் நம்பி: ஆமாம். மிகவும் நல்லவர். அவரைச் சந்திக்க ஒரு வழி இருக்கிறது.

ராமானுஜர்: என்ன வழி?

தொண்டனூர் நம்பி: அவருடைய ஒரே மகள் அரசிளங்குமாரியை ஒரு பேய் பிடித்து ஆட்டுகிறது. அப்பேயை விரட்ட நீங்கள் சம்மதிக்க வேண்டும்.

முதலியாண்டான்: சமணர்கள் முயலவில்லையோ?

தொண்டனூர் நம்பி: முயன்றார்கள், தோல்வி.

(ராமானுஜர் சிந்திக்கின்றார்)

தொண்டனூர் நம்பி: நான் அரசியிடம் சொல்லி, அரண்மனைக்கு உங்களை அழைத்துவர ஏற்பாடு செய்கிறேன்.

ராமாநுஜர்: பேய் பிடித்திருக்கிறதென்றால், என்ன செய்கிறாள்?

தொண்டனூர் நம்பி: அடர்த்தியான கூந்தலை விரித்துத் தலையைச் சுற்றிச் சுற்றி ஆடுகிறாள். பயங்கரமாகச் சிரிக்கிறாள். அழகான பெண், பதினெட்டு வயதுதான் இருக்கும்.

வேடன் (1): ஐயா, உங்களால் முடியாதது ஒன்றுமில்லை. நீங்கள் அவசியம் இதைச் செய்தாக வேண்டும்.

கிடம்பி ஆச்சான்: வைணவத்துக்காக.

ராமாநுஜர்: சரி, முயல்வோம் . . .

(உடனே 'ஓம் நமோ நாராயணாய' என்ற கோஷம்.)

இருள் . . .

காட்சி-6

(ஒளி வரும்போது, அரசன் பிட்டல தேவன் நடு அரங்கத்தில் உலவிக்கொண்டிருக்கிறான். அவன் மனைவி சாண்டல தேவி ஏதோ சொல்லிக்கொண்டிருக்கிறாள்.

அவள் சொல்வதைக் கேட்டு, அது பற்றி அரசன் சிந்தனையில் ஆழ்ந்திருக்கிறான் என்று தெரிகிறது.

அரசனுக்கு ஐம்பது வயதிருக்கலாம். சாந்தமான முகம், அதிக உயரமில்லை . அரசிக்கு நாற்பது வயதிருக்கலாம். அறிவு முதிர்ச்சி முகத்தில் தெரிகிறது. காலை நேரம்.)

பிட்டல தேவன்: இந்த வைணவத் துறவி பெயர் என்ன?

சாண்டல தேவி: *ராமாநுஜர்.*

(மௌனம். உலவுகிறான்)

பிட்டல தேவன்: *அவரால் நம் மகளைக் குணமாக்கிவிட முடியுமென்று தொண்டனூர் நம்பி நம்புகிறாரா?*

சாண்டல தேவி: *நம்புகிறார்.*

(மௌனம்; உலவுகிறான்.)

பிட்டல தேவன்: *நம் சமண மதக் குருக்கள் இதை ஏற்பார்களா?*

சாண்டல தேவி: *அவர்கள் ஏற்பார்களா, ஏற்க மாட்டார்களா என்பது பற்றி நாம் எதற்காகக் கவலைப்பட வேண்டும்? நம் மகளுக்குக் குணமாக வேண்டும். அவ்வளவுதானே?*

(மௌனம்; உலவுகிறான்)

பிட்டல தேவன்: மதத் தலைவர்களைப் பகைத்துக்கொண்டு ஓர் அரசனால் அரசாள முடியாது இந்நாட்டில். இது அரசியல், உனக்குப் புரியாது.

சாண்டல தேவி: அரசியலைப் பற்றி எனக்குத் தெரிய வேண்டிய தில்லை; என் மகளுக்குக் குணம் ஆக வேண்டுமென்பதுதான் என் அக்கறை.

(மௌனம்; உலவுகிறான்)

பிட்டல தேவன்: *அவர்கள் வந்திருக்கிறார்களா?*

சாண்டல தேவி: *ஆமாம். கூப்பிடலாமா?*

(அரசன் தலையசைக்கிறான். சாண்டல தேவி முன் அரங்க இடக்கோடி வழியே செல்கிறாள். அரசன் உலவுகிறான். சில விநாடிகளுக்குப் பிறகு சாண்டல தேவி தொண்டனூர் நம்பி, ராமாநுஜர் ஆகியோர் உள்ளே வருகின்றனர். பிட்டல தேவன் அவர்களைச் சிறிது உற்றுப் பார்க்கிறான். பிறகு முகத்தில் புன்னகை தயங்கிக்கொண்டே தோன்றுகிறது.)

பிட்டல தேவன்: வர வேண்டும், வர வேண்டும்.

(இவ்வாறு சொல்லிக்கொண்டே இருவரையும் வணங்கு கிறான்.)

பிட்டல தேவன்: உங்களால் குணப்படுத்த முடியுமென்று நம்புகிறீர்களா ஸ்வாமி.

ராமாநுஜர்: என்னால் முடியுமென்று சொல்லவில்லை. நான் வழிபடும் தெய்வம் நாராயணனால் முடியாதது எதுவும் இல்லை என்பது என் நம்பிக்கை.

பிட்டல தேவன் *(சற்றுத் திடுக்கிட்டு):* நாராயணனா?

ராமாநுஜர்: ஆமாம். அவனின்றி ஓர் அணுவும் அசையாது.

பிட்டல தேவன்: இங்குதான் பிரச்னை.

ராமாநுஜர்: என்ன பிரச்னை?

பிட்டல தேவன்: எங்கள் மதத் தலைவர்கள் இதற்கு ஒப்புதல் தரமாட்டார்கள்.

ராமாநுஜர்: அவர்கள் குணப்படுத்தியிருக்கலாமே?

பிட்டல தேவன்: கர்மக் கணக்கு கழிவது எப்படி என்பார்கள்.

ராமாநுஜர்: காரண–காரிய வாதத்தில், கர்மம் ஒரு மனச் சமாதானம். காரணமும் இறைவன், காரியமும் அவனே. அவனே சரண் என்றிருந்தால் கர்மத்துக்கு ஏது அதிகாரம்? பொறுப்பு ஏற்பவன் பிரச்சினையும் தீர்ப்பான். நாங்கள் சொல்லும் ஒரே வழி, பிரபத்தி.

பிட்டல தேவன்: பிரபத்தி?

ராமாநுஜர்: பக்தியின் எல்லை நிலம் பிரபத்தி. சரி, தத்துவ ஆய்வு பிறகு பார்த்துக்கொள்ளலாம். உங்கள் மகளின் நோயைப் பற்றிச் சொல்லுங்கள்.

சாண்டல தேவி: மூன்றாண்டுகளாகப் பேய் பிடித்திருக்கிறது. மந்திரம், தந்திரம் எதற்கும் பலனில்லை .

ராமாநுஜர்: திடீரென்றா வந்தது இந்நோய்?

பிட்டல தேவன்: மூன்றாண்டுகளுக்கு முன்பு பகைவர்கள் திடீரென்று படையெடுத்தார்கள். நாட்டைச் சூறையாடினார்கள். அவர்கள் செய்யாத அக்கிரமமில்லை. அந்தப்புரத்தில் புகுந்து அவர்கள் செய்த அட்டகாசம் . . . சொல்ல நாக் கூசுகிறது. வேறு வழி தெரியாமல், விரலைக் கொடுத்து ஆட்சியை மீட்டேன்.

ராமாநுஜர்: விரலையா? புரியவில்லை .

(பிட்டல தேவன் அவரருகே சென்று தன் வலக் கையைக் காட்டுகிறான். சுண்டு விரல் இல்லை)

பிட்டல தேவன்: அவர்களுக்கு என் மீது அதிகாரம் என்பதற்கு

அடையாளமாக ஒரு விரலைக் கேட்டார்கள், கொடுத்தேன். அன்று முதல் என் மகள் நீளா தேவிக்கு இந்நோய்.

ராமாநுஜர் *(ஆச்சர்யத்துடன்)*: நீளா தேவியா?

பிட்டல தேவன்: ஏன்?

ராமாநுஜர்: கோகுலத்தில் கண்ணனின் தோழிகளிலொருத்தி நீளா தேவி.

பிட்டல தேவன்: என் மகளை ஒரு சிறு அறையில் பூட்டி வைத்திருக்கிறேன். அவளை . . .

ராமாநுஜர் *(திடுக்கிட்டு)*: சின்ன அறையில் பூட்டி வைத்திருக்கிறீர்களா? பெரிய தவறு.

பிட்டல தேவன்: வேறு என்ன செய்ய? அவள் தொல்லை பொறுக்க முடியவில்லை.

ராமாநுஜர்: அவளை அச்சிறையினின்றும் மீட்டு, உங்கள் அரண்மனை நந்தவனத்தில் கொண்டு விடுங்கள். வேறு யாரும் அங்கு இருக்கக் கூடாது.

பிட்டல தேவன்: அவளைச் சமாளிக்க முடியாது. அவ்வளவு ஆவேசம், அசுர பலம் அவளுக்கு.

ராமாநுஜர்: அது என் கவலை. நான் சென்னதைச் செய்யுங்கள். நாளை காலை வருகிறேன்.

(பிட்டல தேவன் சாண்டல தேவியைப் பார்க்கிறான். 'ராமாநுஜரால் குணப்படுத்த முடியும்' என்ற நம்பிக்கை அவள் முகத்தில் தெரிகிறது.

ராமாநுஜரும் தொண்டனூர் நம்பியும் போகிறார்கள்.

இருள்...)

காட்சி-7

(ஒளி வரும்போது, நடு அரங்கத்தின் மையத்தில் பதினெட்டு வயதுப் பெண். அரசனுடைய மகள் நீளாதேவி.

அவள் நீண்ட கூந்தல் விரிந்து கிடக்கிறது. அவள் சப்பணம் போட்டு உட்கார்ந்திருக்கிறாள். தலை தரையைத் தொட்டு, குனிந்திருக்கிறது. அவள் முகம் தெரியவில்லை . சில விநாடிகள் அமைதி.

ராமாநுஜர் முன் அரங்க இடக்கோடி வழியே வருகிறார். நுழைந்தவுடன் நின்று அவளைக் கவனிக்கிறார்.

மௌனம்.

அவர் சிறிது முன்னால் போய் நிற்கிறார். நீளா தேவி, மிக மெதுவாகத் தலையை நிமிர்த்துகிறாள். கூந்தல் அவள் இரு தோள்களிலும் முன்புறமாக விழுகிறது.

அவள் ராமாநுஜரைக் கவனித்ததாகத் தெரியவில்லை.

திடீரென்று மிகுந்த ஆக்ரோஷத்துடன் கூந்தல் விரிந்த நிலையில், தலை சுற்றிச் சுற்றி ஆடுகிறது.

சில கணங்களுக்குப் பிறகு திடீரென்று எழுந்திருக்கிறாள். தாளலயத்துடன் ஊழிக் கூத்துப்போல், ஆட்டம். பின்னணியில் உடுக்கை சப்தம் ஒலிக்க வேண்டும்.

சில நிமிடங்கள் இவ்வாறு ஆடிய பிறகு நிற்கிறாள்.

பதிவு செய்யப்பட்ட அவள் குரல் ஒலிக்க வேண்டும்)

குரல்: உன்மத்தர்களை ஒழிக்க வந்த காளி, கயவர்களுக்குப் பயம் காட்டும் பத்ரகாளி, தூர்த்தர்களைத் தீர்த்துக் கட்டும் துர்க்கை, காமவெறி கொண்டவர்களைக் கசக்கி எறியும் காட்டேரி, எல்லாம் நான் . . . எல்லாம் நான்.. எல்லாம் நான் . . .

('ஹஹ்ஹாஹ்ஹா ' . . . என்று மிக பயங்கரமாய் சிரிக்கும் சப்தம் ஒலிக்கிறது.

அவள் மறுபடியும் மிகுந்த ஆவேசத்தோடு ஆடுகிறாள். ஆடி ஆடிச் சோர்ந்த நிலையில் நிற்கிறாள். அப்பொழுதுதான் ராமாநுஜரின் பக்கம் அவள் கவனம் செல்லுகிறது. உற்றுப் பார்க்கிறாள் . . .)

நீளா தேவி *(மெதுவான குரலில்):* யார் நீ?

(ராமாநுஜர் அவளருகே செல்கிறார். அவள் பின்னால் நகருகிறாள்.)

நீளாதேவி: என்கிட்டே வராதே.

ராமாநுஜர் *(புன்னகை):* இதோ பார், இந்த நந்தவனத்தில் இறைவன், இயற்கை வடிவில், வண்ண வண்ண மலர்களாகப் பூத்துக் குலுங்குகிறான். *(அவர் கையால் சுட்டிக் காட்டுகிறார்)*

நீளாதேவி: யார் நீ?

(ராமாநுஜர், அரங்கத்தைச் சுற்றிச் சுற்றி மலர்களை எல்லாம் அவளுக்குச் சுட்டிக் காட்டுகிறார்)

ராமாநுஜர்: மல்லிகை, இருவாட்சி, செண்பகம், வேங்கை, அசோகம் ..! உலகம் இவ்வளவு அழகாக இருக்கும்போது உனக்கு மட்டும் ஏன் இவ்வளவு உக்கிரம்?

(நீளாதேவி, அவர் காட்டும் 'மலர்களை' யெல்லாம் மௌனமாகப் பார்க்கிறாள். ராமாநுஜர் 'மல்லிகை'யைப் பறித்து அவளருகே வருகின்றார்)

ராமாநுஜர்:மல்லிகையின் மணத்துக்கு ஈடேது, இணையேது? *('மல்லிகையை' அவளிடம் நீட்டுகிறார்)* மோந்து பார். *(அவள் முகத்தருகே வைக்கிறார்)*

(அவள் சற்றுப் பின்னால் நகர்கிறாள்)

நீளா தேவி: எனக்குப் பயமாக இருக்கிறது.

ராமாநுஜர் *(புன்னகை):* பயந்தான் உன் பேய், அதுவே தற்காப்பு உணர்வாக உன்னை ஆவேசம் கொள்ளச் செய்கிறது. மல்லிகையின் மணத்தை மோந்தாலே உனக்குக் குணமாகிவிடும்.

(அப்பொழுது குழலோசை கேட்கிறது. அற்புதமான இசை, மிக மெலிதாய், இனிதாய், காற்றில் வந்து உள்ளத்தை நெகிழ்விக்கிறது.)

ராமாநுஜர்: நந்தவனம் பிருந்தாவனமாகிவிட்டது, நீளா தேவி! கண்ணன் குழலூதுகிறான். அவன் குழலூதிய போது, பிரபஞ்சமே ஸ்தம்பித்து நின்றது என்கிறார் பெரியாழ்வார்.

(அவர் பாடுகிறார்)

இசை

சிறு விரல்கள் தடவிப் பறிமாறச்
செங்கண் கோடச் செய்யவாய் கொப்பளிப்ப
குறுவெயர்ப் புருவம் கூடலிப்பக்
கோவிந்தன் குழல்கொடு ஊதின போது
பறவையின் கணங்கள் கூடு துறந்து
வந்து சூழ்ந்து படுகாடு கிடப்ப
கறவையின் கணங்கள் கால் பரப்பிட்டுக்
கவிழ்த்திறங்கிச் செவியாட்ட கில்லாவே.

(நீளா அவர் இசையில் ஈடுபட்டு, அதைத் தொடரும் குழலோசையில் மெய்மறந்து நிற்கிறாள் . . . இசை நிற்கிறது . . . மௌனம்)

நீளாதேவி: யார் நீங்கள்?

ராமாநுஜர்: இறைவனின் அடியவன், உன் பாதுகாவலன்.

நீளாதேவி *(சோகப் புன்னகை)*: காலந்தாழ்த்தி வந்த பாது காவலன்!

ராமாநுஜர்: நமக்கு ஏற்படும் எல்லா அநுபவங்களும் புனிதமானவை. நீளா தேவி, இறைவனை அறிவதற்கான வழித்தடங்கள்.

(நீளா தேவியால் அழுகையைக் கட்டுப்படுத்த முடிய வில்லை. ராமாநுஜர் அவளருகில் சென்று அவள் தோளைத் தொடுகிறார்.)

ராமாநுஜர்: வா, உன் பெற்றோரைப் பார்க்கலாம். உன்னைக் காண அவர்கள் ஆவலாக இருப்பார்கள்.

(ஒளி வரும்போது பிட்டல தேவனும், சாண்டல தேவியும் பின் அரங்கத்தின் மையத்தில் அரச ஆசனங்களில் அமர்ந்திருக்கின்றனர்.

அவர்களெதிரே தொண்டனூர் நம்பி.ராமாநுஜரும், நீளா தேவியும் முன் அரங்க இடக்கோடியினின்றும் உள்ளே நுழைகின்றனர். நீளா தேவி கூந்தலை முடிந்திருக்கிறாள். அரசனும் மனைவியும் மகிழ்ச்சியுடன் எழுந்து வந்து மகளைக் கட்டிக் கொள்கின்றனர்.

ராமாநுஜரை நன்றி உணர்வுடன் பார்க்கிறார்கள்.)

பிட்டல தேவன்: ஸ்வாமி, உங்களுக்கு எப்படி நன்றி சொல்வது என்று எனக்குப் புரியவில்லை.

சாண்டல தேவி: எங்கள் வாழ்வை எங்களுக்குத் திருப்பித் தந்திருக்கிறீர்கள்.

(நீளாதேவியின் கண்களில் நீர் திரையிடுகிறது.)

பிட்டல தேவன்: இது அரும்பெரும் சாதனை, ஸ்வாமி.

ராமாநுஜர்: எல்லாம் அவன் அருள். உரிய சமயத்தில் என்ன நிகழ வேண்டுமென்று அவன் அறிவான்.

(அப்பொழுது சமண மதத் தலைவர் அங்கு வருகிறார். அவர் நீளா தேவி இயல்பாக இருப்பதைப் பார்த்துச் சற்றுத் திடுக்கிடுகிறார். அரசன், அரசி, ராமாநுஜர் ஆகியோரை மாறி மாறிப் பார்க்கிறார்)

பிட்டல தேவன்: என் மகளை ராமாநுஜர் குணப்படுத்தி விட்டார், ஸ்வாமி.

சமண மதத் தலைவர் *(ஏளனமாக):* மந்திரத்தாலா?

ராமாநுஜர்: ஆமாம், அஷ்டாட்ச மந்திரம். 'ஓம் நமோ நாராயணாய'

ச.ம.த. *(கோபத்துடன்):* இது என்ன சதி?

ராமாநுஜர்: சதி ஏதுமில்லை.

தொண்டனூர் நம்பி: சாதனை. உங்களால் செய்ய முடியாததை என் குரு செய்து முடித்தார். நாராயணனின் அருள்.

ச.ம.த: என்னால் நம்ப முடியவில்லை.

சாண்டல தேவி: உங்கள் கண்ணெதிரே என் மகள் நோய் நீங்கி நிற்கிறாளே, நம்ப முடியவில்லை என்றால் என்ன அர்த்தம். (கணவனிடம்) வாருங்கள்; ஆசனத்தில் அமர்வோம்.

(இருவரும் போய் உட்காருகிறார்கள்)

சாண்டல தேவி: உங்களுக்குக் கைம்மாறாக என்ன செய்வது என்று எங்களுக்குப் புரியவில்லை. எது கேட்டாலும் அரசர் தருவார் இது உறுதி.

(நீளாதேவி சாண்டலதேவி அருகில் போய் நிற்கிறாள்)

ச.ம.த. *(சற்று ஏளனத்துடன்):* உன்னைக் குணப்படுத்தியது நாராயண மந்திரமா?

நீளாதேவி: இழந்திருந்த நம்பிக்கையை மீண்டும் பெற்றேன். அளித்தவர் அந்தப் பெரியவர். (ராமாநுஜரைச் சுட்டுகிறாள்)

ச.ம.த. *(ஏளனம்):* பேய் ஓடிவிட்டதா?

நீளாதேவி: என்னைப் பிடித்திருந்த பேய், பயம். பயத்தை விரட்டியவர் அந்தப் பெரியவர் *(மீண்டும் ராமாநுஜரைச் சுட்டுகிறாள்)*

ச.ம.த. *(ராமாநுஜரிடம் ஏளனமாக):* உங்கள் தெய்வம் விரட்டியதா?

ராமாநுஜர்: என் தெய்வம், உங்கள் தெய்வம் என்று எதுவுமில்லை, தெய்வம் ஒன்றுதான், நாம் பார்க்கிற பார்வையைப் பொறுத்தது.

ச.ம.த.: நீங்கள் பார்க்கிற பார்வை?

ராமாநுஜர்: நாங்கள் எங்கள் தெய்வத்தைச் சூட்சுமமாக்கிக் கண்ணுக்குத் தெரியாத ஒன்றாய், பிராந்தியமற்ற பெருவெளியில் ஒதுக்கி வைக்கவில்லை. எங்கள் தெய்வம் மனிதனாகத் தோன்றி, மனிதனை தெய்வ நிலைக்கு உயர்த்தும். இதுதான் அவதார ரகஸ்யம்.

ச.ம.த. *(ஏளனமாக):* ஓ! . . . உங்கள் தெய்வம் ஒரு சாதாரண மானுடனா?

ராமாநுஜர்: ஆம், மனிதனாய்ப் பிறந்து, காதல், விரக்தி, இன்பம், துன்பம் போன்ற எல்லா மனித உணர்ச்சிகளுக்கும் தன்னை உட்படுத்திக் கொள்வான் எங்கள் இறைவன். அதனால்தான் மனிதனால், தெய்வத்தைத் தன்னுடன் ஐக்கியப்படுத்திக் கொண்டு பார்க்க முடிகிறது. 'சௌலப்பியம்' என்று நாங்கள் சொல்வது இதுதான். காட்சிக்கு எளியவன் நாராயணன். மனைவியைப் பிரிந்து வேதனையுடன் புலம்பும் ராமனாகவும், வெண்ணெய் திருடி உரலில் கட்டுண்டு ஏங்கும் கிருஷ்ணனாகவும், அவனைப் பார்க்க முடியும். நீளா தேவி கண்ணனின் குழலோசை கேட்டாள். அந்த இசை இன்பமே அவள் நோயை விரட்டியது.

ச.ம.த. *(கோபமாக):* செப்பிடு வித்தைக் காட்டி ஏமாற்றி யிருக்கிறீர்கள்!

ராமாநுஜர்: செப்பிடு வித்தை இதுதான். நாம் நாராயணனின் உடைமைப் பொருள் என்று உணர்வதே செப்பிடு வித்தை. அவனுடன் இணைந்த ஒற்றுமை நிலையில், அவனின்றி இயக்கம் இல்லை என்று உணர்வதே செப்பிடு வித்தை. பொறுப்பை ஏற்பவன் நாராயணன் என்றால் நம்மால் இயலாத காரியம் எது?

பிட்டல தேவன்: ஸ்வாமி, நாங்கள் கேட்டதற்கு இன்னும் பதில் அளிக்கவில்லை .

ராமாநுஜர்: என்ன கேள்வி?

பிட்டல தேவன்: வேண்டுவன கேளுங்கள், தருவதற்குக் காத்திருக்கிறோம்.

ராமாநுஜர்: நாட்டில் உள்ள அனைவரையும் அழைத்து விருந்தளியுங்கள், அது போதும் எனக்கு.

ச.ம.த.: விருந்தில் எங்களால் கலந்துகொள்ள இயலாது.

ராமாநுஜர்: ஏன்?

பிட்டல தேவன்: நான் அங்கஹீனன்; எனக்கு ஒரு விரல் இல்லை . சமணத் துறவிகள் கலந்துகொள்ள மாட்டார்கள்.

ராமாநுஜர்: அன்று வைதீக மதத்தின் மூட நம்பிக்கையை எதிர்த்தவர் மஹாவீரர். இது என்ன புதிய மடைமை, சமண மதத் தலைவரே?

ச.ம.த: இது எங்கள் கொள்கை. குறுக்கிட உங்களுக்கு உரிமை இல்லை.

ராமாநுஜர்: வைணவ மதத்தில் அனைவருக்கும் இடமுண்டு. பிராமணர், பஞ்சமர் அங்கஹீனர், யாராயிருந்தாலும் இறைவன் படைப்பு. விருந்து அளியுங்கள், கலந்துகொள்வோம்.

ச.ம.த: மதக்கட்டளை மீறி அரசனால் எதுவும் செய்ய இயலாது.

பிட்டல தேவன்: செய்வேன். நாளைக்கே விருந்து.

ச.ம.த. *(கோபத்துடன்):* உங்களை எங்கள் மதத்தினின்றும் விலக்குவோம்.

பிட்டல தேவன்: விலக்குங்கள், மகிழ்ச்சி. நான் இன்று முதல் வைணவன். ராமாநுஜரே, ஆசீர்வதியுங்கள்.

(ச.ம.த. கோபத்துடன் வெளியேறுகிறான். பிட்டல தேவனும், சாண்டல தேவியும் எழுந்து வந்து ராமாநுஜரை வணங்குகின்றனர். ராமாநுஜரும் ஆசிர்வதிக்கின்றார்)

ராமாநுஜர்: இன்று முதல் உங்கள் பெயர் விஷ்ணுவர்த்தன ராயர். 'ஓம் நமோ நாராயணாய'.

(இருள்)

காட்சி-8

(திரை விலகும்போது, அரங்கத்தில் இருள் . . . சில விநாடிகளுக்குப் பிறகு தீப்பந்தங்களோடு, ஆறு ஆட்கள் வருகின்றனர். அவர்கள் ஒரு கையில், தீப்பந்தம் ஏந்தி, இன்னொரு கையால், காட்டுச் செடிகளை விலக்கி, அவற்றை அரிவாளினால் வெட்டி எறியும் பாவனையுடன் கொஞ்சம் கொஞ்சமாக முன்னேறுகின்றனர்.)

ஆள் (1): *காடு என்றால் இதுதான் காடு.*

ஆள் (2): *பாம்புப் புற்றுகள் . . .*

ஆள் (3): *துளசிச் செடிகள்.*

ஆள் (4): *அச்சுறுத்தும் காளான்கள்.*

ஆள் (5): *சூரியனும் இங்கு வரப் பயப்படுவான்.*

ஆள் (6): *நம் வேலை, காடு திருத்துவது. உடையவர் ஆணை. செய்வோம்.*

ஆள் (1): *நம்மைப் போன்ற பஞ்சமர்க்குப் பஞ்சணை தந்திருக்கும் உடையவருக்காக உயிரையும் கொடுப்போம்.*

ஆள் (2): *இந்தக் காட்டைத் திருத்தினால் நாராயணன் கிடைப்பான் என்கிறாரே உடையவர், உண்மையா?*

ஆள் (3): *அவர் சொல்வது எதுவும் பொய்க்காது.*

ஆள் (4): *இந்தக் காட்டுக்கு என்ன பெயர்?*

ஆள் (5): *யதுகிரிக் காடு.*

ஆள் (6): *இங்கு வைணவச் சின்னம் திருமண்ணும் கிடைக்கலாமென்பது உடையவர் கணிப்பு.*

(அப்பொழுது ஆள் (1) கீழே சில விநாடிகள் உற்றுப் பார்த்துக் கொண்டே இருக்கிறான். முகத்தில் ஆச்சர்யம். குனிகிறான். கீழே கிடக்கும் 'ஒன்றை' எடுத்துத் தீப்பந்தமருகே வைத்துப் பார்க்கிறான். ஆள் (2), (3), (4), (5), (6) அவனைப் பார்க்கிறார்கள்.)

ஆள் (1): *தங்க ஆபரணம்!*

இந்திரா பார்த்தசாரதி

(மற்றைய ஆட்கள் அவனருகே வந்து, அவன் கையில் வைத்திருப்பதைப் பார்க்கிறார்கள்)

மற்றவர்கள் *(ஆச்சர்யத்துடன்):* ஆபரணமேதான்!

(அப்பொழுது ராமாநுஜர் கையில் தீப்பந்தத்துடனும், அரிவாளுடனும் வருகின்றார். ஆட்கள் மிகுந்த மகிழ்ச்சியுடன் அவரை நோக்கி வருகின்றனர். அவர்கள் அவரிடம் அந்த 'ஆபரணத்தை'த் தருகின்றனர்)

ஆள் *(1):* இங்கே கீழே கிடந்தது. *(ராமாநுஜர் 'அதை'ச் சில விநாடிகள் ஆராய்கிறார்)*

ராமாநுஜர் *(மகிழ்ச்சியுடன்):* இறைவனுடைய ஆபரணந்தான்,

நாராயணன் நிச்சயமாக இங்கே கிடைப்பான். *(அவர் தாமும் அவரும் அவர்களுடன் வேலை செய்யத் தொடங்கு கிறார்.)*

ராமாநுஜர்: பாடிக்கொண்டே பணி செய்தால் செய்யும் பாடு தெரியாது. பாடுவோமா? *(பாடுகிறார். அவர் பாட்டுக்கேற்ப பின்னர் தாளம் ஒலிக்க வேண்டும்.)*

இசை

ஆழி எழச் சங்கும் வில்லு மெழ திசை
வாழி எழத் தண்டும் வாளுமெழ அண்டம்
மோழை எழ முடிபாதமெழ அப்பன்
ஊழி எழ உலகம் கொண்ட வாறே
ஆறுமலைக்கு எதிர்ந்தோடு மொலி அர
ஆறு சுலாய் மலைதேய்க்கு மொலி கடல்
மாறு சுழன்று அழைக்கின் ஒலி அப்பன்
சாறுபட அமுதம் கொண்ட நான்றே

நான்றில ஏழ்மண்ணும் தானத்தவே பின்னும்
நான்றில ஏழ்மலை தானத்தவே பின்னும்
நான்றில ஏழ்கடல் தானத்தவே அப்பன்
ஊன்றியிடந்து எயிற்றில் கொண்ட நாளே
நாளுமெழ நிலநீருமெழ . . .

(அப்பொழுது பின் அரங்கத்தின் நடுவிலிருக்கும் ஓர் ஆள் (4) மகிழ்ச்சியுடன் கூவுகிறான் . . . இசை நிற்கிறது.)

ஆள் (4): ஐயா . . . இங்கே வந்து பாருங்கள்.

(ராமானுஜர் அங்கே விரைகிறார். கீழே குனிந்து பார்க்கிறார் . . .)

ராமானுஜர்: 'அமுதம் கொண்ட நான்றே' என்றோம் அமுதமே கிடைத்துவிட்டது. மூலவருடைய திருவுருவம் இதுதான்.

(அவர் கீழே விழுந்து வணங்குகிறார். மற்றவர்களும் வணங்குகின்றனர்.)

ராமானுஜர் *(ஆட்களிடம்):* உங்களைப் பஞ்சமர் என்று சொல்லுகின்றவர்கள் பாவிகள் . . . நீங்கள் திருக்குலத்தார். திருமாலைக் கண்டெடுத்த திருக்குலத்தார். அன்று மறைத்து வைக்கப்பட்ட பூமியை எயிற்றில் கொண்டான் எந்தை. இன்று மறைந்திருந்த ஹரியை உங்கள் அரிவாள் அறிவித்திருக்கிறது. திருக்குலத்தாரே, நீங்களும் ஓர் அவதாரம். உங்களை வணங்குகின்றேன்.

(அவர் அவர்களை வணங்குகின்றார். இதை எதிர்பாராத அவர்கள் திகைப்புற்று அவரைத் தடுத்து நிறுத்துகிறார்கள்)

ராமானுஜர்: மேல் கோட்டைக்கு இனி திருநாராயணபுரம் என்ற பெயர் வழங்கட்டும். விஷ்ணுவர்த்தனனிடம் சொல்லி இங்கு

ஒரு கோயில் எழுப்புவோம். இங்கு உங்களுக்குத்தான் முதல் மரியாதை.

(ஏதோ நினைவு வந்தவர்போல் சில விநாடிகள் யோசிக்கிறார்)

ஆள் *(2)*: என்ன யோசனை ஐயா?

ராமாநுஜர்: இங்குக் கோயில் கட்டிக் கும்பாபிஷேகம் செய்வோம். ஆனால் . . .

ஆள் *(2)*: ஆனால் . . .

ராமாநுஜர்: மூலவர் கிடைத்தால் . . . உற்சவர் வேண்டுமே? சரி . . . நாளை தேடிப் பார்ப்போம். இன்றைய பணி போதும்.

(அவர்கள் திரும்பிச் செல்கின்றனர்.

இருள் . . .

ஒளி வரும்போது, விஷ்ணுவர்த்தனனுடன் ராமாநுஜர் நடு அரங்கத்தில் நிற்கிறார். விஷ்ணுவர்த்தனன் முகம் மலர்ந்திருக்கிறது. அவன் ராமாநுஜருக்கு ஏதோ செய்தி சொல்லி முடித்திருப்பானென்று தோன்றுகிறது. காலை)

ராமாநுஜர்: 'பகை மன்னன்' என்றால்?

விஷ்ணுவர்த்தனன்: அவன் துருக்க மன்னன். இந்நாட்டின் மீது படையெடுத்தபோது, அவர்கள் பல பொருள்களைக் கவர்ந்து சென்றனர். உற்சவர் விக்கிரஹம். அவன் மகளிடம் இருப்பதாகச் சொல்கிறார்கள்.

ராமாநுஜர்: மகளிடமா?

விஷ்ணுவர்த்தனன்: அவள் அதைப் பொம்மையாக வைத்துக் கொண்டு விளையாடுகிறாள் போலிருக்கிறது.

ராமாநுஜர்: ஆச்சரியப்படுவதற்கில்லை. யார் நாராயணனை எப்படிப் பாவிக்கின்றார்களோ . . . அவன் அப்படியே ஆகிவிடுவான். எனக்கொரு யோஜனை.

விஷ்ணுவர்த்தனன்: சொல்லுங்கள்.

ராமாநுஜர்: நான் போய் அந்த அரசனைப் பார்த்து . . .

விஷ்ணுவர்த்தனன் *(திடுக்கிட்டு):* என்ன சொல்லுகிறீர்கள்? துருக்க அரசனை நீங்கள் போய்ப் பார்ப்பதா?

ராமாநுஜர்: ஏன் பார்க்கக் கூடாது? அவனும் மனிதன் தானே? நானும் மனிதன் என்ற முறையில் அவனுடன் என்னால் பேச முடியுமென்ற நம்பிக்கை எனக்கிருக்கிறது.

விஷ்ணுவர்த்தனன்: உங்களுக்கு ஏதாவது ஆபத்து . . ?

ராமாநுஜர்: ஒன்றும் ஏற்படாது. அரங்கன் பார்த்துக் கொள்வான். என்னால் சோழ மன்னனையும் சந்தித்திருக்க முடியும். அப்பொழுது எனக்கு அது தோன்றவில்லை. அரங்கன் எனக்கு வேறு பணிகள் வைத்திருந்தான் என்று இப்பொழுது தான் எனக்குப் புரிகிறது. நான் என்னுடைய திருக்குலத்தாரோடு செல்கிறேன்.

(அவர் போகிறார். அரசன் திகைப்புணர்வு மாறாமல் அப்படியே நிற்கிறான். இருள்)

காட்சி-9

(ஒளி வரும்போது பின் அரங்கத்தில் அரச ஆசனத்துக்கு முன்னால் ஒரு பெரிய பச்சை நிற திரைச்சீலை தொங்குகிறது. துருக்க மன்னன் அலங்கரிக்கப்பட்ட ஆசனத்தில் உட்கார்ந் திருக்கிறான். இளைஞன் முப்பது வயதுக்குள் இருக்கலாம். அவனுக்கு முன்னால், அவைப் பிரதானிகள் அலங்கரிக்கப்பட்ட மோடாக்களில் உட்கார்ந்திருக்கின்றனர்.

ஒளி வந்த சில விநாடிகளுக்குப் பிறகு, முன் அரங்க இடக்கோடியிலிருந்து ஒரு சேவகன் உள்ளே நுழைந்து 'சலாம்' செய்கிறான்.)

பிரதானி (1) *(சேவகனை வினவுகிறார்)*: என்ன ?

சேவகன்: சக்கரவர்த்தியைப் பார்க்க ஒருவர் வந்திருக்கிறார்.

அரசன்: அழைத்து வா.

(ராமாநுஜரும், இரண்டு திருக்குலத்தாரும் வருகின்றனர். அவர்கள் அரசனுக்கு 'சலாம்' செய்கின்றனர். ஹிந்து மதத்துறவி ஒருவர் 'சலாம்' செய்வது அரசனுக்குப் புதிய அநுபவமாக இருக்க வேண்டும். அவன் முகத்தில் வியப்புத் தோன்ற அவர்களை ஏறிட்டு நோக்குகிறான்)

அரசன்: யார் நீங்கள் ?

ராமாநுஜர்: என் பெயர் ராமாநுஜன். வைணவன்.

அரசன்: வைணவன் என்றால் ?

ராமாநுஜர்: தெய்வத்தின் தொடர்பாகத்தான் உலகத்தில் எல்லாவற்றிற்கும் அர்த்தமுண்டு என்று நம்புகின்றவர்கள் வைணவர்கள்.

அரசன் *(ஏளனத்துடன்):* 'தெய்வம்' என்றால் எத்தனை தெய்வங்கள் உண்டு, உங்கள் மதத்தில்?

ராமாநுஜர்: தெய்வம் ஒன்றுதான். அது அல்லாவாக இருக்கலாம், நாராயணனாகவும் இருக்கலாம். பெயர்தான் வெவ்வேறு. தெய்வம் ஒன்றுதான்.

அரசன்: என்னது? நா . . .ரா . . .யணனா?

ராமாநுஜர்: காரணப் பெயர். எல்லாவற்றுக்குள்ளும் இருப்பவன்; எல்லாமாகவும் இருப்பவன்; சூட்சும, பௌதீக நிலைகள்.

அரசன்: தெய்வத்துக்கு உருவம் உண்டா ?

ராமாநுஜர்: பார்க்கப் போனால், தெய்வத்துக்குப் பெயரும் கிடையாது. ஆனால் நமக்கு நாமே அதை விளக்கிக் கொள்வதற்கு, 'அல்லா' என்று சொல்லி அழைக்கிறோம் அல்லவா? அதுபோல்தான் உருவமும். இந்த உருவந்தான் தெய்வம் என்று ஒருவன் உறுதியாக நம்பினால் அந்த உருவம் அவனுக்குத் தெய்வம்.

அரசன்: சாமர்த்தியமான பதில், நீங்கள் நம்பும் உருவம் எது?

ராமாநுஜர்: உங்கள் அந்தப்புரத்தில் இருக்கிறது.

அரசன் *(திடுக்கிட்டு):* என்ன சொல்லுகிறீர்கள்?

ராமாநுஜர்: உங்களுடைய கடந்த படையெடுப்பின்போது, தொண்டனூரிலிருந்து பல பொருள்கள் கோயிலிலிருந்து இங்குக் கொண்டு வரப்பட்டன என்கிறார்கள்அவற்றில் ஒன்று, நான் வணங்கும் தெய்வம், இவ்வுருவச் சிலை.

பிரதானி *(1) (எழுந்து):* கொண்டுவரப்பட்ட பொருள்கள் எங்களுக்குக் கொடுக்கப்பட்ட கப்பம். திருப்பித் தரும் வழக்கம் இல்லை.

(அரசன் அவனைக் கையமர்த்தி உட்காரும்படி சொல்லு கிறான்.)

அரசன்: என்னுடைய படையெடுப்பு இல்லை. படையெடுத்தவர் என் தந்தை. நான் போரை அறவே வெறுக்கிறேன். பிறர் பொருள்களைக் கொள்ளை அடிப்பதையும் நான் விரும்பவில்லை. சரி, அது கிடக்கட்டும். இந்த உருவச்சிலை எங்களிடம் இருக்கின்றது என்று உங்களுக்கு உறுதியாகத் தெரியுமா ?

ராமாநுஜர்: அப்படித்தான் கேள்விப்பட்டேன். உங்கள் அந்தப் புரத்தில் ஒரு பெண் அதை வைத்துக் கொண்டு விளையாடு வதாகச் சொன்னார்கள்.

(அரசன் யோசிக்கின்றான்.)

அரசன் *(சில விநாடிகளுக்குப் பிறகு):* புரிகிறது. என்னுடைய சிறிய சகோதரியிடம் ஓர் உருவச்சிலை இருக்கிறது. அவள் அதை வைத்துக்கொண்டு விளையாடுவதை நான் பார்த்திருக்கிறேன். சரி, வாருங்கள் . . . அந்தப்புரம் சென்று . . . *(எழுகிறான்)*

பிரதானி (1) *(எழுந்து):* சக்கரவர்த்தி . . .

அரசன் *(திரும்பி):* என்ன ?

பிரதானி (2): வேற்று நாட்டவரை, வேற்று மதத்தினரை, அந்தப்புரம் அழைத்துச் செல்வது உசிதமில்லை, சக்கரவர்த்தி.

அரசன் *(புன்னகையுடன்):* இவர் வயதானவர். துறவி, உங்கள் கட்டுப்பாடு இவரைப் பாதிக்காது. இன்னொரு விஷயம் . . . எந்தக் கட்டுப்பாடும் நல்லவர்களுக்கில்லை. *(ராமாநுஜரிடம்)* நீங்கள் வாருங்கள்.

(அவர்கள் பின் அரங்க இடக்கோடி வழியே செல்கின்றனர். பிரதானிகள் ஒருவரையொருவர் பார்த்துக்கொள்கின்றனர். அரசன் செய்கை அவர்களுக்குப் பிடிக்கவில்லை. இருள்.

சில விநாடிகளுக்குப் பிறகு ஒளி வரும்போது, பச்சை திரைச்சீலை மட்டும் இருக்கிறது. ஆசனங்கள் இல்லை.

நடு அரங்கத்தில் மண்டியிட்ட நிலையில் முன் அரங்கம் நோக்கி எட்டு வயதான ஒரு முஸ்லிம் சிறுமி, அவளெதிரே இருக்கும் விக்கரஹத்துடன் பேசிக்கொண்டிருக்கிறாள். அழகான பெண், இஸ்லாமிய வழக்கத்தின்படி உடையணிந்திருக்கிறாள். பின் அரங்க வலக்கோடி வழியே உள்ளே நுழையும் ராமாநுஜரும், அரசனும் அவள் பேசுவதை அவளுக்குப் பின்புறம் நின்று கவனிக்கின்றனர். கண்ணுக்கு இதமான இளம் ஒளி)

சிறுமி: எவ்வளவு அழகாயிருக்கிறாய் நீ?

(விக்கிரஹத்தை எடுத்து அணைத்து முத்தம் கொடுத்து, திருப்பிக் கீழே வைக்கிறாள்.)

நான் உன்னை விட்டுப் பிரிய மாட்டேன். உன்னுடன்தான் எப்பொழுதும் விளையாடுவேன். என் செல்வம் நீ.

(அந்த விக்கிரஹத்தை மறுபடியும் எடுத்து முத்தம் கொடுத்துக் கீழே வைக்கிறாள்)

நீ கஃபீர்களின் கடவுள் என்கிறார் முல்லா. தெய்வம் ஒன்றுதானே? குர்'ரான் அப்படித்தான் சொல்லுகிறது என்றார் முல்லா. அப்படியானால் கஃபீர்களுக்கு ஒரு கடவுள். நம்புகின்றவர்களுக்கு இன்னொரு கடவுள் என்று எப்படி இருக்க முடியும்..? நீ என் கடவுள் இல்லை. என் நாயகன்.

(அரசன் சற்றுத் திடுக்கிட்டு) ராமானுஜரைப் பார்க்கிறான். ராமானுஜர் முகத்தில் புன்னகை)

நீ என்றும் என்னுடன் இருக்க வேண்டும். உன்னை விட்டுப் பிரிய மாட்டேன்.

எவ்வளவு அழகாயிருக்கிறாய் நீ. உன்னை விட்டு நான் பிரிய மாட்டேன்.

அரசன் *(புன்னகையுடன்):* பிரிய வேண்டிய நேரம் வந்துவிட்டது. பிரிய சகோதரி.

(சிறுமிதிடுக்கிட்டுஎழுந்து அவர்களைத்திரும்பிப்பார்க்கிறாள். ராமானுஜரைப் பார்த்து மிரள மிரள விழிக்கிறாள். விக்கிரஹத்தை எடுத்துப் பின்னால் மறைத்து வைத்துக்கொள்கிறாள்.)

அரசன்: அது இவருக்குச் சொந்தமானது. கொடுத்து விடு, ரஸியா.

சிறுமி *(பிடிவாதத்துடன்):* இல்லை, எனக்குத்தான் சொந்தம்.

ராமாநுஜர் *(புன்னகையுடன்):* நம்மிருவருக்கும் சொந்தம்.

ரஸியா: இல்லை, எனக்குத்தான் சொந்தம். இவனை நான் மணம் செய்துகொள்ளப் போகிறேன்.

அரசன் *(புன்னகையுடன்):* ஒரு ஹிந்துக் கடவுளை மணக்கப் போகும் முஸ்லிம் பெண் நீ ஒருத்தியாகத் தானிருப்பாய், ரஸியா.

ராமாநுஜர்: நிச்சயமாக *(விக்கிரஹத்தைச் சுட்டிக் காட்டி)* இவனுக்கு இதைப்பற்றி எந்த ஆட்சேபணையும் இருக்காது. எந்நிலையில் இருக்க வேண்டுமென்று யார் அவனை விரும்புகின்றார்களோ, அந்நிலையில் இருக்க அவன் தயங்க மாட்டான். கணவனாக, தகப்பனாக, மகனாக எப்படி வேண்டுமானாலும் அவனை நாம் பாவித்துக் கொள்ளலாம். நான் அவனை என் மகனாக இப்பொழுது பாவிக்கிறேன். என் செல்வப் பிள்ளை அவன்.

அரசன் *(புன்னகையுடன்):* அப்படியானால், நீங்கள்தான் அவனை இவளுக்கு மணம் செய்து தர வேண்டும்!

ராமாநுஜர்: அப்படி செய்து தந்திருக்கிறார் எங்கள் முன்னோர்களில் ஒருவர். ஆனால் அவர் தம் மகளை இவனுக்கு மணம் செய்து தந்தார். இறைவனுக்கே மாமனார் என்ற முறையில் பெரியாழ்வார் என்று அழைக்கப்பட்டார்.

ரஸியா: அந்தப் பெண் பெயர் என்ன?

ராமாநுஜர்: ஆண்டாள்.

ரஸியா: நானும் ஆண்டாளைப் போல இவனுக்கு மனைவி.

அரசன்: சரி, விளையாடியது போதும், அந்தச் சிலையை இவரிடம் கொடுத்துவிடு.

ரஸியா: முடியாது.

அரசன்: இவர் இவருடைய ஊருக்குத் திரும்பியாக வேண்டும்.

ரஸியா: போகட்டுமே, ஆனால் நான் இதைத் தர மாட்டேன். என்றும் இவனுடன்தான் இருப்பேன்.

(அரசன் என்ன செய்வதென்று புரியாமல் ராமாநுஜரைப் பார்க்கிறான்.)

ராமாநுஜர்: இவனை மேல் கோட்டைக் கோயிலில் பிரதிஷ்டை செய்ய வேண்டும். அதற்குப் பிறகு . . .

ரஸியா: அப்படியானால் நானும் உங்களுடன் வருகிறேன். நீங்கள்தானே என் மாமனார்?

(ராமாநுஜர் அரசனைப் பார்க்கிறார். அரசன் மௌனமாக நிற்கிறான்.)

ராமாநுஜர்: இந்த ஆத்மார்த்த பாசத்துக்குக் குறுக்கே நிற்க நமக்கு உரிமையில்லை.

அரசன்: அதனால்..?

ராமாநுஜர்: ரஸியாவை நான் என்னுடன் அழைத்துச் செல்லுகிறேன். இவளை என் மகள்போல் வளர்ப்பேன். கவலை வேண்டாம் சக்கரவர்த்தி.

(அரசன் சிந்தனையிலாழ்கிறான்.)

ரஸியா *(அரசன் கைகளைப் பற்றி இறைஞ்சுகிறாள்):* நானும் இவருடன் போகிறேன், அநுமதி கொடுங்கள் அண்ணா.

அரசன்: சரி . . . நீ உள்ளே போ. இவருடன் நான் பேச வேண்டும்.

(அவள் போகிறாள்)

அரசன்: இவள் என் தந்தையின் மூன்றாம் தாரத்துப் பெண். இவளுக்குத் தாய் இல்லை. இங்கு நான் இல்லாவிட்டால், இங்கு இவளுக்கு என்ன நேர்ந்திருக்குமென்று என்னால் சொல்ல முடியாது. உங்களை என்னால் நம்ப முடியுமென்று தோன்றுகிறது. அவளை அழைத்துச் செல்லுங்கள். ஆனால் அவள் மதத்தை மாற்ற முயற்சி செய்யக் கூடாது. இந்த உறுதிமொழி எனக்கு வேண்டும்.

ராமாநுஜர்: நான் வணங்கும் தெய்வத்தின் மீது ஆணை. நான் அவளை மதம் மாற்றமாட்டேன். அவளுக்கு இனி 'துருக்க நாச்சியார்' என்ற பெயர் என்றென்றும் நிலைக்கும். எங்கள் ஆண்டாளைப் போல், அவளுக்கும் எங்கள் கோயில்களில் ஒரு சன்னிதி இருக்கப் போகிறது. இந்த வைணவ துருக்கிய தெய்வீக சம்பந்தம் பற்றி காலம் காலமாகப் பேசிக்கொண்டிருப்பார்கள் என்பது உறுதி.

(அரசன் அவர் கைகளை நன்றியுடன் பற்றுகிறான். இருள் . . .)

காட்சி-10

(ஒளி வரும்போது அரங்கம் திருவிழாக் கோலம் பூண்டிருக்கிறது. காலை நேரம்.

பறை. திருக்குலத்தார் மிகுந்த ஆரவாரத்துடன் நடனமாடுகின்றனர்.

பின் அரங்கத்தில், ராமானுஜர், கிடம்பி ஆச்சான், முதலியாண்டான், சிஷ்யர்கள், விஷ்ணு வர்த்தனன் ஆகியோர் நடனத்தைப் பார்த்து ரசித்துக்கொண்டிருக்கின்றனர். நடனம் உச்சநிலை அடைகிறது. தாள லயத்துக்கேற்ப.

அப்பொழுது பார்வையாளர்களுக்குப் பின்புறத்திலிருந்து உற்சவர் செல்வப்பிள்ளையை எழுந்தருளப் பண்ணிக்கொண்டு, திருக்குலத்தாரில் சிலர் வருகின்றனர். உற்சவர் அருகில் ரஸியா. சங்கு முழக்கம்.

'ஓம் நமோ நாராயணாய' என்ற கோஷம். உற்சவர் மேடையருகே நெருங்கியதும், ராமானுஜரும், மற்றவர்களும் முன்னே சென்று மந்திர கோஷத்துடன் வரவேற்கின்றனர்.

உற்சவரை அரங்கத்தின் பின்புற மையத்தில் தோள் மீது ஏற்றி, நான்கு திருக்குலத்தார் நிற்கின்றனர்.

'திருப்பல்லாண்டு' (பெரியாழ்வார்) பாடப்பெறுகிறது.

பல்லாண்டு பல்லாண்டு பல்லாயிரத்தாண்டு
பலகோடி நூறாயிரம்
மல்லாண்ட திண்தோள் மணிவண்ணா உன்
செவ்வடி செவ்வி திருக்காப்பு

'திருப்பல்லாண்டு' முடிந்ததும், கற்பூர ஆரத்தி காட்டுகிறார். முதலியாண்டான், அனைவருக்கும் தீர்த்தம் வழங்கி, சடாரி சாத்துகிறார் கிடம்பி ஆச்சான். சடங்குகள் முடிந்ததும், ராமானுஜர் நடு அரங்கத்தின் மையத்தில் வந்து நிற்கிறார்.)

ராமாநுஜர்: நாராயண நம்பியை நம்பியவர்க்கு நடப்பன யாவும் அவன் திட்டம். ஆளவந்தாரின் அரும்பெரும் ஆசை, நானிலம் முழுவதும் நாரணன் ஆட்சி. நம் குருநாதர் கண்ட கனவு நனவாகும் இந்நாள், வைணவத்துக்குப் பொன்னாள். சோழனுக்கு நன்றி கூறுவோம். மேல் கோட்டை என வழங்கும் இத்திரு நாராயணபுரம், இனி, வைணவர் அனைவருக்கும் புண்ணிய ஸ்தலம். சம்பத்குமாரனை நமக்குத் தந்த துருக்க நாச்சியார் இனி நம் அனைவருக்கும் தாயார்.

(அவர் ரஸியா அருகில் சென்று அவளை அணைத்துக் கொள்கிறார்)

'ஓம் நமோ நாராயணாய' என்ற கோஷம்.

(சில விநாடிகள் மௌனம்)

ராமாநுஜர்: என் பணி இங்கு முடிந்தது. திருவரங்கம் திரும்ப வேண்டும். ஐம்பத்திருவர் இங்கு இப்புண்ணியத் தலத்தில் வைணவப் பணியைத் தொடர்ந்து ஆற்றுவர். திரும்பிச் செல்ல விடைதாருங்கள்.

(கூட்டத்தில் சலசலப்பு. அவர் திரும்பிப் போவதை அவர்கள் விரும்பவில்லை என்று தெரிகிறது.)

ராமாநுஜர்: நீங்கள் இதை விரும்ப மாட்டீர்களென்று எனக்குத் தெரியும். ஆனால் ... அரங்கன் அழைப்பை என்னால் தட்ட முடியாது. எனக்காகத் தியாகத் தழும்புகள் ஏற்ற கூரேசரைக் காணாமல் என்னால் இருக்க முடியாது. அரசனுக்கு நன்றி. உங்கள் அனைவருக்கும் நன்றி. இங்கு வைணவம் தழைப்பது

இனி உங்கள் பொறுப்பு. என் செல்வப்பிள்ளையின் அருளுண்டு, நம்புங்கள்.

(அவர் விடைபெற்று முன் அரங்கத்தின் இடக்கோடி வழியாகச் செல்கிறார். அவருடன் கிடம்பி ஆச்சான், முதலியாண்டான், சிஷ்யர்கள் செல்கின்றனர்.

'ஓம் நமோ நாராயணாய' என்ற கோஷம்.

இருள்.)

அங்கம்-4

(ஒளி வரும்போது, பின் அரங்கத்தின் மையத்தில் ராமாநுஜர் ஆசனத்தில் அமர்ந்திருக்கிறார். அவரருகே இருமருங்கிலும் கிடம்பி ஆச்சான், முதலியாண்டான், கோவிந்தப் பெருமாள் (எம்பார்), சிஷ்யர்கள் ஆகியோர் உட்கார்ந்திருக்கிறார்கள். காலைப்பொழுது. பின்னணியில் இசை.

இசை:

கடிமலர்க் கமலங்கள் மலர்ந்தன இவையோ
    கதிரவன் கனைகடல் முளைத்தனன் இவனே
துடியிடையார் கரிகுழல் பிழிந்து தறித்
    துகிலுடுத் தேறினர் சூழ் புனலரங்கா!
தொடையொத் துளவமும் கடையும் பொளந்து
    தோன்றிய தோள் தொண்டரடிப் பொடி யென்னும்
அடியனை அளியென்ற ருளி உன்னடியார்க்கு
    ஆட்படுத்தாய்! பள்ளி யெழுந்தருளாயே.

(ராமாநுஜர் மெய்மறந்து இசையில் ஆழ்ந்திருக்கிறார்.)

ராமாநுஜர் *(இசை நின்றதும்):* திருநாராயணபுரத்திலும் தினந்தோறும் காலையில் தொண்டரடிப் பொடி ஆழ்வாரின் இவ்வருளிச் செயல் என் காதில் ஒலித்துக்கொண்டிருந்தது. இவ்வருளிச் செயல் ஒலிக்கும்போது அரங்கன் என் கண் முன் வருவான்.

(மௌனம் ... ஏதோ சிந்திக்கின்றார் ...)

ராமாநுஜர்: கூரேசர் இன்னும் ஏன் வரவில்லை ?

சிஷ்யன் (1): வந்துகொண்டிருக்கிறார் ஸ்வாமி.

ராமாநுஜர்: என் குருநாதர்கள் அனைவரும் திருநாட்டுக்கு எழுந்தருளிவிட்டனர். திருக்கோஷ்டியூர் நம்பி, திருமலை ஆண்டான், திருவரங்கப் பெருமாள் அரையர், திருக்கச்சி நம்பி, பெரிய நம்பி ... எனக்கு இன்னும் என்ன பணி எஞ்சியிருக்கிறதோ தெரியவில்லை. அரங்கன் அறிவான்.

(அப்பொழுது முன் அரங்க இடக்கோடியிலிருந்து பார்வையற்ற கூரேசரை அவர் பிள்ளைகள், பராசரப் பட்டரும், ஸ்ரீராமப் பிள்ளையும் (வியாஸப் பட்டர்) அழைத்துக்கொண்டு வருகின்றனர். பராசரரும் ஸ்ரீராமப் பிள்ளையும் இளைஞர்கள். ராமாநுஜர் எழுந்து சென்று, கூரேசரை ஆலிங்கனம் செய்து கொள்கிறார். பராசரரையும், ஸ்ரீராமப் பிள்ளையையும் சில விநாடிகள் உற்றுப் பார்க்கிறார்)

பராசரர்: நான் பராசரன், இவன் என் தம்பி, ஸ்ரீராமப் பிள்ளை.

(ராமாநுஜர் அவர்களிருவரையும் கட்டிக்கொள்கின்றார்.)

இந்திரா பார்த்தசாரதி

ராமாநுஜர் *(உணர்ச்சியுடன்):* கூரேசரே, என்ன காரியம் செய்து விட்டீர்கள்!

(கூரேசர் புன்னகை செய்கிறார். ராமாநுஜர் அவர்களை அழைத்துக்கொண்டு போய், தம் அருகில் உட்கார வைத்துக் கொள்கிறார்)

ராமாநுஜர்: எப்பேர்ப்பட்ட தியாகம் இதற்கு ஈடு இணையே இல்லை.

கூரேசர்: ஸ்வாமி, என்ன சொல்லுகிறீர்கள், எது தியாகம்?

ராமாநுஜர்: உங்கள் நிலையில் நான் அல்லவா இருந்திருக்க வேண்டும்?

கூரேசர் *(புன்னகை):* நான் செய்தது வைணவப் பணி. அறிந்து செய்த தொண்டு. இதை உடையவர் அவர்களே தியாகம் என்று கொச்சைப்படுத்திப் பேசுவது சரியா?

ராமாநுஜர்: மன்னிக்கவும். நீங்கள் தியாகப் பட்டம் பெறச் செய்தீர்கள் என்று நான் சொல்லவில்லை. என் பார்வையில் அது தியாகம். என் கண் போயிருக்க வேண்டுமே என்ற குற்ற உணர்வில் . . .

கூரேசர் *(சற்று திடுக்கிட்டு):* உங்கள் குற்ற உணர்வா?

ராமாநுஜர்: என் குருநாதர் பெரிய நம்பியையும், உங்களையும் துன்பத்தைச் சந்திக்க அனுப்பிவிட்டு, நான் ஊரை விட்டே போனதினால் என்னை உறுத்திக்கொண்டே இருக்கும் குற்ற உணர்வு.

கூரேசர்: நீங்கள் அப்படிப் போயிருக்காவிட்டால், திருநாராயணபுரம் உருவாகியிருக்குமா? சம்பத்குமாரன் நமக்குக் கிடைத்திருப்பானா?

ராமாநுஜர்: பார்க்கப்போனால், நடந்துபோன நிகழ்ச்சியை நியாயப்படுத்திக்கொள்ள நமக்கு நாமே சொல்லிக்கொள்ளும் சமாதானம் இது. அப்பொழுது நான் போனது தவறு தவறுதான்.

கூரேசர் *(புன்னகை)*: எனக்கு ஒரு பெரிய நஷ்டம் ஏற்பட்டு விட்டதாக நான் நினைக்கவே இல்லை ஸ்வாமி. உலகத்தை என்னால் பார்க்க முடியவில்லை அவ்வளவுதான். அரங்கனை என் அகக்கண்ணால், புறக்காட்சிகளின் குறுக்கீடு இல்லாமல், பார்த்துக்கொண்டிருக்கிறேன், வேறென்ன வேண்டும்?

ராமாநுஜர்: புறக்காட்சிகளும் அரங்கன்தான் கூரேசரே. ஓர் உண்மையான வைணவனுக்கு அகமும் வேண்டும், புறமும் வேண்டும். எங்களை நீங்கள் பார்க்க வேண்டும். இதோ இங்கே கிடம்பி ஆச்சான், முதலியாண்டான் அனைவரும் உங்கள் கடாட்சத்துக்குப் பாத்திரமாகக் காத்திருக்கிறோம். ஆகவே . . . *(நிறுத்துகிறார்)*

கூரேசர்: ஆகவே..? சொல்லுங்கள், ஸ்வாமி.

ராமாநுஜர்: காஞ்சி வரதனிடம் சென்று வேண்டுவோம். உங்களுக்குப் பார்வையைத் திரும்பத் தர வேண்டுமென்று.

(கூரேசர் மெதுவாகச் சிரிக்கிறார்)

ராமாநுஜர்: ஏன் சிரிக்கிறீர்கள்?

கூரேசர் *(புன்னகையுடன்)*: நீங்கள் அனைவரும் என் அகக் கண்களுக்குப் புலப்படும்போது, புறக்கண் எனக்கு எதற்கு? அகக்கண்ணால் பார்க்கும் போது ஓர் அநுகூலமுமிருக்கிறது. யார் யாரைப் பார்க்கலாம், யார் யாரைப் பார்க்க வேண்டிய தில்லை என்று தேர்ந்தெடுக்கும் உரிமை.

ராமாநுஜர்: உலகில் புறக்கணிக்கப்பட வேண்டியது என்று எதுவுமில்லை. நஞ்சிலும் அமுதத்தைக் காணமுடியும், நாராயணன் அருளினால். எங்களுக்காக தயவுசெய்து . . . காஞ்சிக்குச் சென்று . . .

கூரேசர்: காஞ்சிக்குப் போக வேண்டிய அவசியமில்லை. அரங்கன் சன்னதியிலேயே என்னால் வரதனைக் காண முடியும்.

ராமாநுஜர்: அப்படியானால் இன்றே, இப்பொழுதே அரங்கன் சன்னதிக்குப் போவோம், புறப்படுங்கள்.

(அவர் எழுந்து, கூரேசரின் கைகளைப் பற்றி எழச் செய்து, மெதுவாக அழைத்துச் செல்கிறார்)

மற்றவர்களும் தொடர்கிறார்கள்.

இருள்.

ஒளி வரும்போது, அவர்கள். பார்வையாளர்களை நோக்கி இரு வரிசையாக நிற்கின்றனர். நடுவில் கூரேசர், ராமாநுஜர்.

அவர்களுக்கெதிரே இறைவனின் சன்னிதி. கோயில் மணி முழங்குகிறது. கூரேசர் அது முழங்கி, தேய்ந்ததும் பாடுகிறார்.)

இசை.

கூரேசர்:

வங்கத்தால் மாமணி வந்துந்து முந்நீர்
மல்லையாய்! மதிள் கச்சியூராய் போராய்!
கொங்குத்தார் வளங்கொன்றை அலங்கல், மார்பன்
குலவரையன் மடப்பாவை இடப்பால் கொண்டான்
பங்கயத்தாய்! பாற்கடலாய்! பாரின் மேலாய்!
பணிவரையினுச்சியாய்! பவள வண்ணா
எங்குற்றாய்? எம்பெருமான்! உன்னை நாடி
ஏழையேன் இங்ஙனமே உழி தருகேனே!

(சங்கு முழக்கம், கோயில் மணி, எல்லாம் நின்று, சில விநாடிகள் அமைதி. குரல் கேட்கின்றது.)

குரல்: *என்னுள் வரதனைக் கண்டு இசைக் கண்ணீர் உகுத்தாய்! வேண்டுவன கேள்.*

கூரேசர்: *எனக்கு உறும் நன்மை நாலூரானுக்கும் வேண்டும்.*

குரல்: *அப்படியே ஆகுக!*

(எல்லோரும் திடுக்கிட்டு நிற்கின்றனர். ராமாநுஜர் திடுக்கிடவில்லை; கூரேசரையே சில விநாடிகள் மௌனமாகப் பார்க்கிறார். உடையவர் முகத்தில் புன்னகை . . .)

சிஷ்யன் (1) *(கூரேசர் அருகே சென்று):* *அந்தக் கொடியவனுக்குமா உங்களுக்குறும் நன்மை ஏற்பட வேண்டும்?*

(கூரேசர் முகத்தில் புன்னகை)

சிஷ்யன் (2): *என்ன இப்படி வேண்டிக்கொண்டு விட்டீர்கள்?*

கூரேசர் *(புன்னகையுடன்):* 'நஞ்சிலும் அமுதம் காண முடியும், நாராயணன் அருளினால்'

(ராமாநுஜர், கூரேசரை வணங்குகின்றார். கூரேசர் இதை உணர்ந்தும் மௌனமாக நிற்பதுபோல் தோன்றுகிறது. மற்றவர்கள் திடுக்கிட்டு நிற்கிறார்கள்.)

ராமாநுஜர்: பகை, நட்பு ஆகியவற்றால் பாதிப்பு ஏற்படக் கூடிய அற்ப நிலைகளை எல்லாம் தாண்டி அற்புத நிலையில் நிற்கிறார் கூரேசர். அவர் இப்பொழுது நிற்பது வைணவத்தின் கொடுமுடி. ராமாயணத்தில் குகன் சொன்னது நினைவு இருக்கிறதா? 'ஆயிரம் ராமர் ஒரு பரதனுக்கு ஈடாக மாட்டார்கள்'! அதுபோல். ஆயிரம் ராமாநுஜன் ஒரு கூரேசருக்கு ஈடாக முடியாது. கூரேசரே, உம்மை நான் வணங்குகிறேன்.

(அவர் கூரேசரை வணங்குகிறார். கூரேசர் அவரைத் தடுக்கவில்லை என்பது மற்றவர்களுக்குச் சிறிது ஆச்சரியத்தைத் தருகிறது)

ராமாநுஜர்: ஆளவந்தாரின் மூன்று நிறைவேறா ஆசைகள் . . . சாதியற்ற சமுதாயம், நாதியற்றவர்க்கும் நற்கதி; இன்று திருநாராயணபுரத்தில் நிறைவேறிவிட்டது. திருவரங்கத்தில்? *(பெருமூச்செறிகிறார்)* இரண்டாவது ஆசை, குறுகிக் கிடக்கும் வைணவ தர்மம் எல்லை கடந்து விரிய வேண்டும். நிறைவேறிவிட்டது. செல்வப்பிள்ளையின் ஆட்சியில், மேல் கோட்டை மேலோங்கும். மூன்றாவது ஆசை பிரும்ஹ சூத்திரத்துக்கு விசிஷ்டாத்வைத வியாக்கியானம். கூரேசர் ஆண்டாள் அம்மா உதவியுடன் எழுத முடிந்தது என் பேறு.

(ராமாநுஜர் அப்பொழுது பராசரனைத் தம் அருகில் வரும்படி அழைக்கிறார். பராசரன் வருகிறார்)

ராமாநுஜர்: கூரேசர் நமக்குத் தந்திருக்கும் அரும் பெரும் செல்வம் பராசரன். கருவிலே திருவுடைய இளைஞன். வைணவத்தின் பெரும் சொத்து. நம் எதிர்காலம், என் வாரிசு.

(பராசரனுக்குக் கூச்சமாக இருக்கிறது. ராமாநுஜர் இவ்வாறு அறிவித்தது அனைவரையும் மகிழ்ச்சியில் ஆழ்த்துகிறது. கோயில் மணி ஒலிக்கிறது. சங்கு முழக்கம்)

ராமாநுஜர்: வைணவன் இறப்பதில்லை, அவனுக்கு முதலேது, முடிவேது? எஞ்சியிருக்கும் என் பணியைப் பராசரன் செய்து முடிப்பான் என்பது என் நம்பிக்கை. கடவுள் அருளிருந்தால் கண்ணுக்குத் தெரிவன யாவும் வைகுண்டம். இறைவன், சாத்தியப்பாடுகளின் எல்லை நிலம். அவ்வெல்லையை நோக்கிப் பயணத்தைத் தொடர்வோம். பயணம் முடிவதில்லை. ‘ஓம் நமோ நாராயணாய’

(‘ஓம் நமோ நாராயணாய’ – கோஷம் முழங்குகின்றது. கோயில் மணி ஒலி, சங்கு முழக்கம் . . .) இருள்.

'யார் ஸ்வாமி தஞ்சம்மா?'

(திரை விலகும்போது, அரங்கம் இருளில் ஆழ்ந்திருக்கிறது. கொஞ்சம் கொஞ்சமாக ஒளி வரும்போது, கீழ்க்கண்ட 'திருவாய்மொழிப் பாசுரம் 'ஆகிரி' ராகத்தில், மிஸ்ர சாபு தாளத்தில் ஆண் குரலில் கம்பீரமாக ஒலிக்க வேண்டும்.

சூழ்ந்து அகன்று ஆழ்ந்து உயர்ந்த முடிவில் பெரும்
பாழேயோ!
சூழ்ந்து அதனில் பெரிய பர நல் மலர்ச்
சோதீயோ!
சூழ்ந்து அதனில் பெரிய சுடர் ஞான
இன்பமேயோ!
சூழ்ந்து அதனில் பெரிய என் அவா அறச்
சூழ்ந்தாயே!

இதைத் தொடர்ந்து, 'ஓம் நமோ நாராயணாய' என்ற கோஷம்.

மங்கலான ஒளியில் அரங்கின் நடுவில், அறுபது வயதிருக்கலாம் என்று மதிப்பிடத்தக்க, ஆனால் எண்பது வயதான ராமாநுஜர் மிடுக்காக யோக நிஷ்டையில் ஆழ்ந்திருக்கிறார்.

சில கணங்கள் கழித்து, முன்பக்க அரங்கின் இடக் கோடியிலிருந்து, ஒரு பெண்மணி மெதுவாக அரங்கினுள் நுழைகிறார்.

அரங்கினுள் வெளிச்சம் பரவுகிறது.

அதிர்ச்சி தரும் பளீரென்ற வெள்ளை முடி. முதுமையை ஏமாற்றிவிட்டாற்போன்று வெள்ளை முடிக்கு முற்றிலும் முரணான இளமை முகம். காவி நிறத்தில் நூற்புடவை. அணிகள் ஏதுமில்லை.

அவர் ராமாநுஜரைச் சில விநாடிகள் உற்றுப் பார்த்துக்கொண்டே நிற்கிறார். ஊடுருவும் கூர்மையான பார்வை.

கூர்மையான பார்வையின் தாக்குதலினாலோ என்னவோ உடையவரின் நிஷ்டை கலைகிறது.

அவர் அந்தப் பெண்மணியைப் பார்க்கிறார். 'யார் இவள்?' என்று தமக்குள் கேட்டுக்கொள்ளும் ஐயப் பார்வை.

எழுகிறார். அந்தப் பெண்மணியை நோக்கி வருகிறார்.

அந்தப் பெண்மணியும் சற்று முன்னோக்கி வருகிறார்.)

ராமாநுஜர் : யாரம்மா நீ? என்ன வேண்டும்?

பெண் : (புன்னகை) உங்கள் காவி உடையைக் கேளுங்கள்.

(ராமாநுஜருக்கு ஒன்றும் புரியவில்லை. என்ன சொல்லுகிறாள் இந்தப் பெண் என்ற மனக் குழப்பத்தில் அந்தப் பெண்ணைப் பார்க்கிறார்.)

ராமாநுஜர்: என்ன சொல்லுகிறாயென்று புரியவில்லை.

(அந்தப் பெண் உடுத்தியிருக்கும் காவி நிறப் புடைவையை ஏற இறங்கப் பார்த்துக்கொண்டே)

நீ உடுத்தியிருப்பதும் . . . (நிறுத்துகிறார்)

பெண்: ஆமாம் ஆனால், நீங்கள் காவி உடை தரிக்க யார் காரணம்?

(சட்டென்று ஒரு நினைவினால் தாக்குண்டவர்போல் ராமாநுஜர் அவரை உற்றுப் பார்க்கிறார். ராமாநுஜர் இதழ்கள் 'த...ஞ்...ச...ம்...மா..' என்று மெதுவாக உச்சரிக்கின்றன. அவர் முகத்தில் ஆச்சரியம், திடுக்கிட்ட உணர்வு எல்லாம் ஒருங்கே தோன்றுகின்றன. தஞ்சம்மாவின் காவிப் புடைவையை ஏறிட்டுப் பார்க்கிறார்.)

தஞ்சம்மா: நீங்கள் என்னை எதிர்பார்த்திருக்க மாட்டீர்கள், அப்படித்தானே?

ராமாநுஜர்: நீ ஏன் காவிப் புடைவை கட்டியிருக்கிறாய்?

தஞ்சம்மா: நீங்கள் துறவி ஆகிவிட்டால் நானும் துறவிதானே? உங்கள் மடத்தில் நிறையப் பெண்கள் இருக்கின்றார்கள் என்று நான் கேள்விப்பட்டது தவறா? அவர்களும் துறவிகளாய் அல்லவா இருக்க வேண்டும்?

ராமாநுஜர்: அவர்கள் இல்லறத்திலிருக்கும் பெண்கள். வைதிக தர்மத்தில் பெண் துறவிகள் இல்லை.

தஞ்சம்மா: உங்கள் மடத்தில் விதவைகளுக்கு இடமுண்டா?

(ராமாநுஜர் சற்றுத் திடுக்கிட்டு, பதில் கூறாமல் அவரை மௌனமாகப் பார்க்கிறார். பிறகு கைகளைக் கட்டிக்கொண்டு சிறிது நேரம் உலாவுகிறார்.)

தஞ்சம்மா: நான் கேட்ட கேள்விக்கு நீங்கள் இன்னும் பதில் கூறவில்லை.

(ராமாநுஜர் மௌனம்.)

தஞ்சம்மா: கணவனால் கைவிடப்பட்ட பெண்கள் இருக்கிறார்களா உங்கள் மடத்தில்?

ராமாநுஜர்: நீ கைவிடப்படவில்லை. என் உடைமைப் பொருள்கள் அனைத்தையும் உனக்குக் கொடுத்துவிட்டுத்தான் இல்லறத்திலிருந்து நான் விலகிக் கொண்டேன். நினைவிருக்கிறதா?

தஞ்சம்மா: உங்கள் பொருள்களையா நான் திருமணம் செய்துகொண்டேன்? வைதிக தர்மத்தில், திருமணத்தின் அர்த்தம் இதுதானா, உடையவரே?

(ராமாநுஜர் அவரை ஆச்சரியத்துடன் பார்க்கிறார். புன்னகை செய்கிறார்.)

தஞ்சம்மா: எதற்குப் புன்னகை செய்கிறீர்கள்?

ராமாநுஜர்: சம்பிரதாயத்தைக் கட்டிக் காப்பதற்காக ஓர் உத்தமமான வைஸ்யரைத் திண்ணையில் வைத்து உபசரித்தவள் நீ. நீ இப்பொழுது இப்படிப் பேசுவது எனக்கு வியப்பையும் மகிழ்ச்சியையும்

தருகிறது. தஞ்சம்மா நீ இத்தனை ஆண்டுகளாய் எங்கே இருந்தாய்? இப்படிப் பேச எங்கே கற்றுக்கொண்டாய்?

தஞ்சம்மா: ஐம்பது ஆண்டுகள் கழித்து இப்படிக் கேட்கிறீர்களே, இது என்னுடைய பாக்கியம்!

(தஞ்சம்மா அப்படிச் சொன்னது ராமானுஜர் மனத்தை லேசாக உறுத்தியிருக்க வேண்டும். அவர் யோக நிஷ்டை செய்து கொண்டிருந்த ஆசனத்தில் உட்காருகிறார். தஞ்சம்மா அவர் அருகில் போய் நிற்கிறார்.)

தஞ்சம்மா: க்ஷமிக்க வேண்டும், நான் சொன்னது உங்களைச் சஞ்சலத்துக்கு உள்ளாக்கியிருந்தால்?

(ராமானுஜர் புன்னகை செய்கிறார். சில விநாடிகள் கண்களை மூடிக்கொள்ளுகிறார்.)

தஞ்சம்மா: ஆனால் இத்தனை ஆண்டுகளாக என்ன செய்துவருகிறீர்கள், எங்கெல்லாம் இருந்திருக்கிறீர்கள் என்ற செய்திகள் அனைத்தும் எனக்குத் தெரியும். நான் உங்களுடன் இருந்திருந்தால், இத்தனை சாதனைகள் செய்ய முடியாமல் போயிருக்கக்கூடும்... ஆனால் நான் எவ்வளவு இழந்திருக்கிறேன் என்று என்னால் இப்பொழுது புரிந்துகொள்ள முடிகிறது.

(எதிரே, பக்கவாட்டத்தில் போடப்பட்டிருந்த பாய்கள் ஒன்றில் உட்காரும்படி தஞ்சம்மாவுக்குக் கையசைத்துக் காட்டுகிறார் உடையவர். தஞ்சம்மா உட்காருகிறார்.)

ராமானுஜர்: நான் எந்த அளவுக்குச் சாதனைகள் செய்திருக்கிறேன் என்று நான் என்னை இன்னும் கேட்டுக்கொண்டிருக்கிறேன். உன் மனத்தை நோக அடித்துத்தான், துறவிக் கோலத்தில், சாதனைகள் செய்திருக்க வேண்டுமா என்பதும் என் கேள்வி. கூரேசர் இல்லறத்திலிருந்து அருமையான இரு ரத்தினங்களை ஈன்றெடுத்ததோடு மட்டுமல்லாமல், எனக்காக்காகத் தம் கண்களை இழந்து தியாகத்தின் குன்றேறி நிற்கிறார். எனக்கு அப்பொழுது, அந்த வயதில், துறவறம் மேற்கொள்ள வேண்டுமென்ற எண்ணம் ஏன் வந்ததென்று இன்னமும் என்னைக் கேட்டுக் கொண்டிருக்கின்றேன், தஞ்சம்மா.

(தஞ்சம்மா அவரைப் பார்த்து மௌனமாகப் புன்னகை செய்கிறார். ராமாநுஜர் அவளைச் சடக்கென்று திரும்பிப் பார்க்கிறார்.)

ராமாநுஜர்: மௌனமும் புன்னகையும் பல சமயங்களில் அர்த்த எல்லையைக் கடந்தவை . . . அவை ஒரே சமயத்தில் உன்னிடத்தில் இப்பொழுது நிகழ்வது என்னைத் தடுமாறச்செய்கிறது தஞ்சம்மா.

(தஞ்சம்மா எழுந்து நிதானமாக நடந்து முன் மேடை நடுவில் போய் நிற்கிறார். சில விநாடிகளுக்குப் பிறகு, அவர் பக்கம் திரும்பிப் பார்க்கிறார்.)

தஞ்சம்மா : அப்பொழுது உங்கள் மனத்தை முழுவதும் ஆக்ரமித்துச் சொல்லிக்கொண்டிருந்த ஒரே

சிந்தனை... *(சொல்லாமல் நிறுத்துகிறார்)*

(ராமாநுஜர் எழுந்து அவர் அருகே போய் நிற்கிறார்,)

ராமாநுஜர்: சொல், தஞ்சம்மா... தஞ்சம்மா: சங்கர பகவத் பாதாள்...

ராமாநுஜர்: *(திடுக்கிட்டு)* என்ன சொல்லுகிறாய் புரியவில்லை.

தஞ்சம்மா: அத்வைதத்தை ஜெயிக்க, சங்கரரைப் பற்றி எண்ணி எண்ணி நீங்களே சங்கரராக மாறிவிட்டீர்கள் ! அவருடைய துறவறம் அந்த அளவுக்கு உங்கள் மனத்தை ஈர்த்திருக்கிறது.

(ராமாநுஜர் ஓரளவு திடுக்கிட்ட நிலையில், தஞ்சம்மா சொல்வது சரியோ என்று சிந்திக்கும் பாவனையில் கைகளைக் கட்டிக்கொண்டு சிறிது நேரம் உலவுகிறார்.)

தஞ்சம்மா: நான் அதிகப் பிரசங்கித்தனமாக ஏதாவது சொல்லிவிட்டேன் என்று உங்களுக்குப் பட்டால் க்ஷமிக்க வேண்டும்.

(ராமாநுஜர் அவர் அருகில் வந்து நிற்கிறார். ஓரிரு விநாடிகள் மௌனம்.)

ராமாநுஜர்: வைதிக மதத்தில், பெண் துறவிகள் இல்லை என்று இப்பொழுதுதான் உன்னிடம் சொன்னேன். துறவியாக இருந்துதான் ஓர் ஆணால் ஆன்மிக நியதிகளைக் கடைப்பிடிக்க முடியும் என்பதுமில்லை. நம் ரிஷிகள் அனைவரும் இல்லறத்தில் இருந்தவர்கள்தாம். அரச போகத்தில்

இருந்த இளைஞன் சித்தார்த்தன் எல்லாவற்றையும் துறந்து துறவறம் மேற்கொண்டதுதான் பௌத்த மதம் மக்களிடையே செல்வாக்குப் பெற்றுப் பரவுவதற்கு ஒரு முக்கிய காரணம்.

தஞ்சம்மா: சங்கரர் இதை உணர்ந்துதான் . . .

ராமாநுஜர்: *(இடைமறித்து)*

இருக்கலாம். பக்தியைக் காட்டிலும் அறிவை மோட்சத்தின் முதலீடாக வைத்தவர், இதைப் பற்றிச் சிந்திக்காமல் இருந்திருப்பாரா? நீ சொல்வதுபோல் அந்த வயதில் என்னை சங்கரரும் சித்தார்த்தனும் ஆக்ரமித்திருக்க வேண்டுமென்று தோன்றுகிறது. உன் நிலையிலிருந்து இதைப் பற்றி நான் சிந்திக்கவேயில்லை என்பது இன்னும் என் உள் மனத்தை உறுத்திக்கொண்டேயிருக்கிறது, தஞ்சம்மா.

தஞ்சம்மா: சிந்தித்திருந்தால் என்ன செய்திருப்பீர்கள்? துறவியாக இருந்தால்தான் சாதனைகள் செய்ய முடியும் சங்கரர் நிலையிலிருந்தே அவருடைய மாயா தத்துவத்தையும் அத்வைதத்தையும் எதிர்கொள்ள முடியும் என்ற உறுதியுடன் இருந்த உங்களுக்கு என் நிலையிலிருந்தும் யோசித்திருக்க வேண்டுமென்று எப்படித் தோன்றியிருக்க முடியும்?

(ராமாநுஜர் மௌனம். தஞ்சம்மா அவரைக் கூர்ந்து நோக்குகிறாள். தன்னுடைய கேள்வி அவரைச் சிந்திக்க

வைத்திருக்கிறது என்பதை உணர்கிறார். ராமாநுஜர் முகத்தில் கவலையின் ரேகைகள் படர்கின்றன. ராமாநுஜர் தம் ஆசனத்தில் போய் அமர்கிறார். தஞ்சம்மா முன் மேடையின் வலக் கோடியில் கைகளைக் கட்டிக்கொண்டு நிற்கிறார்.)

அப்பொழுது பின் இசையாகத் திருமங்கை மன்னன் பாடல் முகாரி ராகத்தில் கண்ட சாப்பு தாளத்தில் மிருதுவாக ஒலிக்கிறது.

ஊன்வாட உண்ணாது உயிர் காவல் இட்டு
உடலில் பிரியாப் புலன் ஐந்தும் நொந்து
தாம்வாட வாடத் தவம் செய்ய வேண்டா

இப்பாடல் வரிகள் ராமாநுஜர் உள்மனதில் அவர் கேட்டுக்கொண்டிருக்கும் இசை என்ற பாவனை காட்சியாக உருவாக வேண்டும். *ராமாநுஜர் கண்கள் மூடியிருக்கின்றன.)*

ராமாநுஜர்: (தமக்குத் தாமே பேசுவது போல்) இமையோர் உலகமா ஆண்டுகொண்டிருக்கின்றேன்? ஊன் வாட, உயிர் வாட தவம் செய்வதும் தவறன்று. துறவறமும் தவறன்று. எதனையும் ஸ்தாபனமாக ஆக்கிவிடக் கூடாது. ஸ்தாபனம் ஆகிவிடுவதுதான் ஒரு புதிய கோட்பாட்டின் மரணம்.

தஞ்சம்மா: (அவரருகில் சென்று) ஏன் இப்படிச் சொல்லுகிறீர்கள்? ஏன் இந்த விரக்தி?

ராமாநுஜர்: விரக்தி இல்லை. விவேகம். எந்தப் புதிய நெறியும் நிலைத்து நிற்க வேண்டுமென்றால், ஸ்தாபனம் ஆவதினின்றும் தப்ப முடியாது. இந்த

முரண்பாட்டுக்குத் தீர்வு காண்பதென்பது எப்படி என்று எனக்குப் புரியவில்லை.

தஞ்சம்மா: இறைவன் சாத்தியப்பாடுகளின் எல்லை நிலம் என்று அடிக்கடி கூறுவீர்களே, அவன் இன்னுமா இது குறித்து உங்களுக்கு அருளவில்லை?

ராமானுஜர்: இந்த முரண்பாடுகளும் மர்ம முடிச்சுகளும் தொடர்ந்து புதிய புதிய கேள்விகளை எழுப்புவதுதான் மானிட வாழ்க்கையின் சுவாரஸ்யம் என்பது அவன் சித்தமாக இருக்கலாம்.

தஞ்சம்மா: புரியவில்லை.

ராமானுஜர்: புதிய புதிய கேள்விகளுக்குப் புதிய புதிய விடைகள் தோன்றும். ஆனால் எதுவும் நிரந்தரமில்லை. நான் பல சமூக, தத்துவப் பிரச்னைகளுக்கு விடை கண்டுவிட்டதாக நினைத்தேன். ஆனால் இவ்விடைகள் பல புதிய கேள்விகளைத் தாம் எழுப்புகின்றன. சிந்தனை ஒரு சமுத்திரம். கேள்வி அலைகள் அடங்கவே அடங்கா.

தஞ்சம்மா: சமூகத்திலுள்ள ஏற்றத்தாழ்வுகளை முழுமூச்சுடன் எதிர்த்தீர்கள். . .

ராமானுஜர்: ஆம். . . எதிர்த்தேன். ஆனால் ஜாதி தர்மத்தை மீறி சிம்மாசனாதிபதிகளை என்னால் நியமிக்க முடியவில்லை. தஞ்சம்மா மேல்கோட்டையில், கோயில் நிர்வாகத்தைத் திருக்குலத்தாரிடம்

ஒப்படைத்துவிட்டு வந்தேன். இப்பொழுது அவர்களால் கோயிலுக்குள் ஓராண்டில் மூன்று நாள்கள்தாம் செல்ல முடியுமாம்!

(மௌனம்) (விரக்தியுடன்) என் சாதனையின் சிகரம் எது தெரியுமா தஞ்சம்மா.

தஞ்சம்மா: எது?

(ராமாநுஜர் எழுந்து முன் மேடை நடுவில் வந்து நிற்கிறார். ஒளி கொஞ்சம் கொஞ்சமாக மங்குகிறது. இருள். மீண்டும் ஒளி வருகிறது. ராமாநுஜர் முன் மேடை நடுவில் நின்றுகொண்டிருக்கிறார். சற்றுத் தள்ளி ஓர் இளைஞன், சிஷ்யனாக இருக்கலாம். நின்றுகொண்டிருக்கிறான். தஞ்சம்மா மேடையில் இல்லை . . .)

ராமாநுஜர்: *(திரும்பிப் பாராமல் விரக்திப் புன்னகை)* உன்னை உன் வீட்டுக்கு அனுப்பிவிட்டுத் துறவறம் மேற்கொண்டதுதான்! தஞ்சம்மா. என் அகங்காரத்தின் வீழ்ச்சியை உணர்த்தவே நீ மறுபடியும் வந்திருக்கிறாய்!

(சிஷ்யர் ஒன்றும் புரியாமல் ராமாநுஜரைப் பார்க்கிறார். பின்னால் நிற்பவர் தஞ்சம்மா இல்லை என்பதை உணர்ந்துவிட்டதுபோல் சில விநாடிகளுக்குப் பிறகு, திரும்பிப் பார்க்கிறார் ராமாநுஜர். முகத்தில் கண நேரத் திகைப்பு. இதைத் தொடர்ந்து புன்னகை)

சிஷ்யர்: யார் ஸ்வாமி தஞ்சம்மா?

(ராமானுஜர் பதில் கூறவில்லை. கண்களை மூடிக்கொள்கிறார். இருள்.)

காலச்சுவடு பப்ளிகேஷன்ஸ் (பி) லிட்.
Published by Kalachuvadu Publications Pvt. Ltd.,
669, K.P. Road, Nagercoil 629001, India
Phone: 91-4652-278525
e-mail: publications@kalachuvadu.com

09/2023/S.No. 1144, kcp 4692, 18.6 (2) uss